மக்களின் பாரம்பரிய உரிமைகளை மீட்டெடுக்க...

வன உரிமைச் சட்டம்

எம்.எஸ். செல்வராஜ்

பாரதி
புத்தகாலயம்

Makkalin Parampariya Urimaigalai Meetaduka...
Vanaurimai Sattam 2006 (in Tamil)
M.S. Selvaraj
Tranlated in Tamil(Rules) : **Prof. Shreevidya**

First Published: September, 2021
Published by
BHARATHI PUTHAKALAYAM
7, Elango Salai, Teynampet, Chennai - 600 018
Email: bharathiputhakalayam@gmail.com / www.thamizhbooks.com

மக்களின் பாரம்பரிய உரிமைகளை மீட்டெடுக்க ...
வன உரிமைச் சட்டம் 2006

எம்.எஸ். செல்வராஜ்

தமிழில் (Rules): **பேரா. ஸ்ரீவித்யா**
முதல் பதிப்பு: செப்டம்பர், 2021

வெளியீடு:

பாரதி புத்தகாலயம்

7, இளங்கோ சாலை, தேனாம்பேட்டை, சென்னை - 600 018
தொலைபேசி : 044-24332424, 24332924, 24356935

விற்பனை நிலையங்கள்

மதுரை: *37A, பெரியார் பேருந்து நிலையம் - 045 22324674*
ஈரோடு: *39: 39 ஸ்டேட் பாங்க் சாலை - 9245448353*
திண்டுக்கல்: *பேருந்து நிலையம் - 9942331105, 9976053719*
பழனி: *பேருந்து நிலையம் அருகில் - 9442883696*
திருப்பூர்: *447, அவினாசி சாலை - 9486105018*
சேலம்: *பாலம் 35, அத்வைத ஆஸ்ரமம் சாலை 0427 2335952*
திருவல்லிக்கேணி: *48, தேரடி தெரு - 9444428358*
வடபழனி: *பேருந்து நிலையம் எதிரில் அடையார்*
ஆனந்தபவன் மாடியில் *- 9444476967*
பெரம்பூர்: *52, கூக்ஸ் ரோடு - 9444373716*
திருவாரூர்: *35, நேதாஜி சாலை - 9442540543*
சேலம்: *15, வித்யாலயா சாலை சாலை*
திருநெல்வேலி: *25A, ராஜேந்திரநகர் - 9442149981*
அருப்புக்கோட்டை: *31, அகமுடையார் மஹால் - 9994173551*
மதுரை: *சர்வோதயா மெயின்ரோடு*
குன்னூர்: *N.K.N வணிக வளாகம் பெட்போர்ட்*
செங்கல்பட்டு: *1 D ஜி.எஸ்.டி சாலை - 044 27426964*
விருதுநகர்: *131, கச்சேரி சாலை - 0456 2245300*
கும்பகோணம்: *352, ரயில் நிலையம் எதிரில் - 9443995061*
வேலூர்: *பேஸ் III, சத்துவாச்சாரி - 9442553893*
நெய்வேலி: *பேருந்து நிலையம் அருகில், - 9443659147*
தஞ்சாவூர்: *காந்திஜி வணிக வளாகம் காந்திஜி சாலை - 9655542400*
கோவை: *77, மசக்காளிபாளையம் ரோடு, பீளமேடு - 8903707294*
திருச்சி: *வெண்மணி இல்லம், கரூர் புறவழிச்சாலை - 9994289492*
திருவண்ணாமலை: *முத்தம்மாள் நகர்*
நாகர்கோவில்: *699 கே.பி.ரோடு R.V.புரம் - 9443450111*
சிதம்பரம்: *22A / 18B தேரடி கடைத் தெரு,*
கீழவீதி அருகில் *- 9994399347*
கரூர்: *நாரத கானசபா அருகில் (TNGEA OFFICE)- 9442706676*
காரைக்குடி : *12, 2 வது தெரு, கம்பன் மணிமண்டபம் பின்புறம் - 9443406150*
பாண்டிச்சேரி : *கிழக்கு கடற்கரைச் சாலை, இலாசுப்பேட்டை, 9486102777*
அருப்புக்கோட்டை : *கதவுஎண் 49A/4 ஐம்பதூர் தேவாங்கர் உறவின் முறை கட்டிடம் முதல் தளம்*

அச்சு : பிரிண்டெக், சென்னை - 600 005.

உள்ளே...

முன்னுரை

கடந்த 15.12.2006 அன்று இந்திய நாடாளுமன்றத்தில் நிறைவேற்றப்பட்ட 'வன உரிமை அங்கீகாரச் சட்டம்-2006' பழங்குடிகள் மற்றும் வனம் சார்ந்து வாழும் மக்களுக்கு வரலாற்றுத் திருப்புமுனையாக அமைந்தது. இதன் மூலம் இம்மக்களுக்கு இழைக்கப்பட்டிருந்த வரலாற்று அநீதிக்கு தீர்வு கிடைக்கும் வாய்ப்பு ஏற்பட்டுள்ளது. இயற்கையோடு இணைந்து வாழும் இம்மக்கள், 'காடுகள் இருந்தால்தான் நாங்கள் இருப்போம். நாங்கள் இருந்தால்தான் காடுகள் இருக்கும்' என்று வாழக்கூடியவர்கள். இவர்கள் சுதந்திரதாகம் உடையவர்கள். 1802லேயே பழங்குடிகள் சுதந்திரத்துக்கான போராட்டத்தை துவக்கி விட்டனர். பழங்குடிகளும் காடு சார்ந்து வாழும் மக்களும் சுதந்திர உணர்வும் தன்மானமும் உள்ளவர்கள்.

பிரிட்டிஷ் ஆக்கிரமிப்பாளர்கள் இயற்கை வளங்களை லாப நோக்கத்தோடு சூறையாடுவதற்காக வனச் சட்டங்களை ஏற்படுத்தினர். இதே சட்டங்களை சுதந்திர இந்தியாவும் கடைப்பிடித்ததோடு வனத் துறையினர் இம்மக்களின் பாரம்பரிய உரிமைகளைப் பறித்ததோடு சொல்லொண்ணாத் துயரங்களை ஏற்படுத்தி வருகின்றனர். 'ஆக்கிரமிப்பு அகற்றல்' என்ற பெயரில் தங்களது சொந்த வன நிலத்திலிருந்து வெளியேற்றும் முயற்சியாக உயிர் உடைமைகளுக்கு பெரும் சேதத்தை ஏற்படுத்தியுள்ளனர். வெளியேற்றப்பட்ட லட்சக்கணக்கான மக்களுக்கு எந்தவித மறு வாழ்வும் செய்யப்படவில்லை. பாரம்பரியக் காடுகளிலும் சொந்த வீடுகளிலும் ஆக்கிரமிப்பாளர்களாக அடையாளம் காட்டப் பட்டுள்ளனர். 'பிள்ளை பெயரைச் சொல்லி பூதம் தின்னது போல்' காடுகளை அழித்த இத்துறையினரும் கொள்ளையர்களும் பழியை இம்மக்கள்மீது போட்டிருப்பதோடு இக்கருத்தைப் பரப்பி வருகின்றனர். மக்களின் பாரம்பரியக் காடுகளையும் நிலங்களையும் பெரும் கம்பெனிகளுக்கும் பெருந்தோட்டங்களுக்கும் கொடுக்கப்பட்டன. இதன் விளைவு பெருவாரியான காடுகள் அழிக்கப்பட்டன. மேலும் எந்தவித ஆய்வும் மேற்கொள்ளாமல் காடாக இல்லாத நிலப் பகுதியையும் வனத்துறையினர் தங்கள் கட்டுப்பாட்டுக்குள் கொண்டு வந்துள்ளனர். இதன் மூலம்

இந்தியாவில் பெரும்பாலான வளமான வன நிலம் வனத்துறையின் கட்டுப்பாட்டிலும் அதிகாரத்திலும் உள்ளது. ஆகவே வனத்துறையினர் நிலச்சுவான்தார் போல் செயல்படுவதோடு அதே மன நிலையையும் கொண்டுள்ளனர்.

இதனால் பல்வேறு கொடுமைளைத் தொடர்ந்து நிறைவேற்றி வருகின்றனர். இச்சூழ்நிலையில்தான் சட்டத்துக்காக தொடர்ந்து போராட வேண்டிய நிலை ஏற்பட்டது. இதன் விளைவுதான் 'அட்டவணைக்குட்பட்ட பழங்குடியினர் மற்றும் பாரம்பரியமாக வனங்களைச் சார்ந்து வாழ்பவர்களுக்கு வன உரிமை அங்கீகாரம் சட்டம் 2006' [The Scheduled Tribes and other Traditional Forest Dwellers (Recognition of Forest Rights) 2006, Rules 2007 / 2012]. இதன் மூலம் இம்மக்கள் மீண்டும் ஒரு விடுதலை பெறும் மகிழ்ச்சியை அடைந்துள்ளனர். இச்சட்டம் மூலம் அவர்கள் கைவசம் வேளாண்மை செய்யும் நிலங்களுக்குப் பட்டா பெறுவது மட்டுமல்ல. காடுகள், ஏரி, குளம், மேய்ச்சல் நிலம், சிறு வன மகசூல் போன்ற அனைத்து சமூகப் பொது வள ஆதாரங்களையும் மீட்டு பாதுகாத்துப் பயன்படுத்துவதோடு, இதற்கான அதிகாரமும் உரிமையும் இச்சட்டத்தில் முக்கிய பங்கு வகிக்கின்றது. காடுகளையும் இயற்கை பொது வள ஆதாரங்களையும் வணிகத்துக்காகவும், லாபத்துக்காகவும் பயன்படுத்துவதை வன உரிமைச் சட்டம் தடுக்கின்றது. இச்சட்டத்தை நடைமுறைப் படுத்தும் அதிகாரம் கிராம மக்களுக்கும் கிராமசபைக்கே உள்ளது. மக்கள் பாரம்பரியக் கலாச்சாரப் பண்பாட்டுடன் ஒருங்கிணைந்து செயல்பட வழிவகை செய்கின்றது. முடிவெடுக்கும் அதிகாரமும் செயல்படுத்துவதும் இவர்களுக்கேயுள்ளது. இச்சட்டப்படி அங்கீகரிக்கப்பட்ட நிலத்தை இவர்களின் வாரிசும் உறவினர்களும் மட்டுமே பயன்படுத்த முடியும். விற்பனை செய்ய முடியாது. மேலும் தனி நபருக்கு உடைமையாக்கப்பட மாட்டாது. குடும்பமும் சமூகமும்தான் அனுபவிக்க முடியும். இது போன்ற சிறப்பான சட்டம் விவசாயிகளுக்கும் மீனவர்களுக்கும்கூட ஏற்படுத்துவதும் இன்றியமையாததாகும். மேலும் இச்சட்டத்தை நாடாளுமன்றத்தில் நிறைவேற்றும்போது ஒரு சில முக்கியமான அம்சங்கள் விடுபட்டுப் போனதோடு சில திருத்தங்களையும் கடைசி நிலையில் செய்து விட்டனர். இது பற்றி நாடாளுமன்றத்தில் கேள்வி எழுப்பியபோது பழங்குடி நலத்துறை அமைச்சர் 18-12-2006 அன்று நாடாளுமன்றத்தில் கீழ்க்கண்ட உறுதிமொழிகளைக் கொடுத்துள்ளார்.

மூன்று தலைமுறை என்பதை 30 வருடங்களாக மாற்றுவோம் எனவும், எக்காரணத்தை முன்னிட்டும், வாழ்வுக்காக வேளாண்மை செய்யும் வனம் சார்ந்த மக்களை வெளியேற்ற விடமாட்டோம் எனவும் உறுதியளித்துள்ளார். இச்சட்டத்தை பழங்குடி நலத்துறையே மக்களிடத்தில் கொண்டு செல்வதற்கான முயற்சி எடுக்க வேண்டும். இதில் வனத்துறையினர் மூக்கை நுழைப்பது சட்ட விரோதமாகும். இச்சட்டத்துக்கும் மக்களுக்கும் எதிராக செயல்பட்டால் சம்பந்தப்பட்ட அதிகாரிகள் மீது குற்றவியல் நடவடிக்கை எடுக்க சட்டத்தின் 7வது 8வது பிரிவுகள் வலியுறுத்துகின்றன.

வன உரிமைச் சட்டம் காடு மற்றும் கானுயிர்களின் பாதுகாப்பை மேலும் உறுதிப்படுத்துகிறது. இது போன்ற சிறப்பான சட்டம் நடைமுறைக்கு வந்து விடக் கூடாது என்ற தவறான நோக்கத்தோடு ஒரு சில முன்னாள் வனத்துறையினரும் சுற்றுச்சூழல் என்ற பெயரில் உள்நாட்டிலும் வெளிநாட்டிலும் லாபம் அடையக்கூடிய அமைப்புகளும் செயல்பட்டு வருகின்றன. மதுரை, சென்னை போன்ற நாட்டின் பல்வேறு மாநில உயர்நீதிமன்றங்களிலும் உச்ச நீதிமன்றத்திலும் இச்சட்டத்தின் இரண்டு பிரிவுகளுக்கு தடை விதிக்க வேண்டுமெனக் கோரி வழக்கு தொடுத்துள்ளனர். இவற்றை முறியடிக்க நமது மக்கள் நல அமைப்புகள் சட்ட ரீதியான நடவடிக்கை மேற்கொண்டுள்ளன. நீலகிரி மாவட்டம் 'குறும்பாஸ் முன்னேற்ற சங்கமும்' திருநெல்வேலி மாவட்டத்தில் 'காணிக்காரர் பழங்குடிகள் சங்கமும்' மேற்கண்ட வழக்குகளில் இணைந்து (மக்கள் உரிமைக்காகவும் காடுகள் பாதுகாக்கவும்) வழக்கு (Impeing Petition) நடத்தி வருகின்றனர். இதில் சென்னை உயர்நீதிமன்றம் கடந்த 30-4-2008 அன்று தனது இடைக்காலத் தீர்ப்பை வழங்கியது. அதில் சட்டத்துக்கு எந்தத் தடையும் கிடையாது. அதே நேரத்தில் பட்டா வழங்குவது அடிப்படை வளர்ச்சிப் பணிகளை மேற்கொள்வது போன்றவற்றின் இறுதியாக நீதிமன்றத்தின் ஆணை பெற வேண்டும் என்று கூறியுள்ளது. ஆனால், ஒரு சில சுயநலக்காரர்கள் இச்சட்டத்துக்கு நீதிமன்றம் தடை விதித்து விட்டதாக பிரச்சாரம் செய்வது தவறானதாகும். தற்போது சட்டம் நடைமுறையில் உள்ளது. பழங்குடிகளும் வனம் சார்ந்த மக்களும் இவற்றைப் பயன்படுத்தி தங்களது பாரம்பரிய வனத்தையும் நிலத்தையும் மீட்பது அவசியமானதாகும். இச்சட்டத்தை நடைமுறைப்படுத்த மாநில அளவிலான கண்காணிப்புக் குழுவை தமிழக அரசு அமைத்துள்ளது. *(State Level Mouitoring Committee)*

வன உரிமைகள் அங்கீகார சட்டம் 2006 நிறைவேற்றப்பட்டதில் இருந்து வனத்துறை அதிகாரிகளின் இடைவிடாத தாக்குதலுக்கு உட்பட்டு வருகின்றது. இச்சட்டத்தை செயல்படுத்தும் அதிகாரமும் பொறுப்பும் பழங்குடிகள் நலத்துறை அமைச்சகத்துக்கு தான் உள்ளது. ஆனால், இத்துறையை சுதந்திரமாக செயல்படவிடாமல் பல சிக்கல்களை வனத்துறை அமைச்சகம் செய்து வருவது அம்பலமாகி உள்ளது. மேலும் என்.டி.எ அரசாங்கத்தின் கீழ் இது மிகவும் தீவிரமாகி வருகின்றது.

உச்சநீதிமன்றத்தில் சட்டத்தை பாதுகாக்க ஒன்றிய அரசாங்கம் தவறியதால் பெரும் பாதிப்பு ஏற்பட்டது. இதனால், உச்சநீதிமன்ற உத்தரவு மில்லியன் கணக்கான குடும்பங்களை அவர்களின் பாரம்பரிய வாழ்வாதார பகுதியில் இருந்து வெளியேற்றும் அச்சத்தை ஏற்படுத்தியது. இதற்கு எதிராக நாடு தழுவிய போராட்டங்களுக்குப் பிறகு ஒன்றிய அரசு நீதிமன்ற உத்தரவை தற்காலிகமாக நிறுத்திவைக்க வேண்டிய நிலை ஏற்பட்டது.

வன உரிமைச் சட்டத்தை புறக்கணித்து "இழப்பீட்டு காடு வளர்ப்பு நிதி சட்டத்தில்" *(Campa)* குவிந்து கிடக்கும் பல ஆயிரம் கோடிகளை மக்களின் நிலங்களில் மரம் நடுகிறோம் என்ற பெயரில் செலவிட முயற்சி எடுத்து வருகின்றனர். வன உரிமை சட்டத்தின்படி கிராம சபையின் (ஊர்சபை) அனுமதியில்லாமல் எந்த திட்டங்களையும் அமுல்படுத்துவது சட்டவிரோதம். சட்டவிரோதமாக காடு சார்ந்து வாழும் மக்களின் நிலங்களில் மரங்களை நடவு செய்தல் மற்றும் பன்னாட்டு நிறுவனங்களுக்கு காடுகளை அழித்து கனிம வளங்களை எடுக்க ஒன்றிய அரசு நூற்றுக்கணக்கான ஒப்பந்தங்களை செய்துள்ளது.

பெரும் தொற்று பூட்டுதலை பயன்படுத்தி நூற்றுக்கு மேற்பட்ட திட்டங்களை மக்கள் வாழும் வனப் பகுதியை அழித்து செயல்படுத்த முயற்சி எடுக்கப்பட்டுள்ளது. மக்களின் எதிர்ப்பை அடக்க மிகவும் ஆபத்தான "புதிய வன சட்டத்தை" ஏற்படுத்த 2019ஆம் ஆண்டு முன்மொழியப்பட்டுள்ளது. இச்சட்டம் வனத்துறை ஊழியர்கள் துப்பாக்கி சூடு நடத்த அனுமதியளிக்கப்படுவதோடு குற்றம் சாட்டப்பட்டவரே தான் குற்றத்தை நிரூபிக்க வேண்டும். இந்த முன்மொழிவு சட்டமாக்கப்பட்டால் "வரலாற்றுத் திருப்புமுனையாக" அமைந்த வன உரிமை அங்கீகார சட்டம் நீர்த்துப் போய்விடும் அபாயம் ஏற்பட்டுள்ளது.

கடந்த 2021 ஜூலை 6ஆம் தேதி சுற்றுச்சூழல், வனம் மற்றும் காலநிலை மாற்ற அமைச்சகமும் பழங்குடிகள் விவகார அமைச்சகமும் கூட்டாக செய்து கொண்ட ஒப்பந்தம் வன உரிமை சட்டம் நீர்த்துப்போகச் செய்வதோடு வனத்துறையின் முழு அதிகாரத்தின் கீழ் செயல்பட முயற்சி எடுக்கப்பட்டுள்ளது. இது வன உரிமைச் சட்ட பிரிவுகளை மீறும் செயலாகும்.

ஆகவே, மக்கள் இயக்கங்களும் முற்போக்கு அரசியல் கட்சிகளும் ஊடகத் துறையினரும் மேற்கண்ட நிலையை தெளிவாக புரிந்துகொண்டு வேகமாக செயல்பட வேண்டிய கட்டாயம் ஏற்பட்டுள்ளது.

2008ஆம் ஆண்டு **'வன உரிமைச் சட்டம் ஒரு வழிகாட்டி'** என்ற நூலினை வெளியிட்டு மக்களிடத்தில் பெரும் வரவேற்பைப் பெற்றது.

மீண்டும் வன உரிமைச் சட்டம் 2006, அதன் திருத்தப்பட்ட விதிகள் 2012, 23-04-2015 அன்று ஒன்றிய அரசின் பழங்குடி நலத்துறை அமைச்சகம் அனைத்து மாநில தலைமைச் செயலாளர்களுக்கு வன உரிமைச் சட்டத்தை முறையாக அமல்படுத்த கோரிய மிக முக்கிய கடிதம் மற்றும் இச்சட்டத்தை மக்கள் சுலபமாக புரிந்துகொண்டு பயன்படுத்தும் நோக்கத்தோடு வனம் - நிலம் தொடர்பான புள்ளிவிவரங்களுடன் தொகுத்து,

"மக்களின் பாரம்பரிய உரிமைகளை மீட்டெடுக்க வன உரிமைச் சட்டம்" என்ற நூலினை வெளியிடுகிறோம். இந்நூலினை எழுத பெரிதும் உழைத்த திரு. C.R.பிஜோய், பேராசிரியை திருமதி ஸ்ரீவித்யா, நாராயணி சுப்ரமணியன், ஆர்த்தி, வித்யா ஞானசேகரன், ஜி.கே. தினேஷ் & ஒடியன் ஆகியோர்களுக்கு எமது மனமார்ந்த வாழ்த்துகளை தெரிவித்துக் கொள்கிறோம்.

மேலும் இதனை வெளியிட ஒத்துழைப்பு கொடுத்த பாரதி புத்தகாலயம் தோழர் நாகராஜ், தோழர் தங்கராஜ், அட்டைப் படம் வடிவமைத்த தோழர் ஆர்.காளத்தி ஆகியோர்களுக்கு எமது நன்றியை உரித்தாக்குகிறோம்.

என்றும் நட்புடன்,

எம்.எஸ். செல்வராஜ் *(செல்வா)*

அறிமுகம்

இவ்வெளியீடு வன உரிமைச் சட்டத்தையும் அதனை எப்படிப் பயன்படுத்த முடியும் என்பதையும் விளக்குகிறது. இதன் முதற் படியாக காடுகளில் என்ன நிகழ்கிறது என்பதை விரிவாகக் காண்போம்.

1. சட்டத்தின் மூலமாக வளங்களை மீட்பது

மக்கள் பாரம்பரியமாக வாழும் காடுகளும் நிலங்களும் நம்மிடமிருந்து வலுக்கட்டாயமாகப் பிடுங்கப்பட்டு தனியார் நிறுவனங்களுக்கு அவர்கள் ஆதாயம் பெறும் வகையில் ஒப்படைக் கப்படுகின்றன. ஒரிசாவில் பல்வேறு சுரங்க நிறுவனங்களுடன் நாற்பதுக்கும் மேற்பட்ட ஒப்பந்தங்கள் கையொப்பமிடப் பட்டுள்ளதாகத் தெரிய வருகின்றது. இது போன்ற நிகழ்வுகள் அனைத்தும் "பொது நலன் கருதி" என்ற போர்வையில் மேற்கொள்ளப்படுவதோடு மக்களை பெருமளவில் நிலங்களை இழக்கச் செய்யும்.

2. சமூக நிலங்கள் மற்றும் வளங்களைத் தனியார் மயமாக்குதல்

நிலங்களும் வளங்களும் அதிகாரபூர்வமாக அரசின் உடைமையாக இருப்பதற்கு மாறாக தற்போது அவை நேரடியாகவே தனியார் நிறுவனங்களுக்குக் கையளிக்கப்படுகின்றன. உண்மையில் இந்நிலங்கள் நமது மக்களைச் சேர்ந்ததாக இருக்கும்போதும் இது நிகழ்கிறது. காடுகள் விரிவாக்கம் என்ற பெயரில் காடுகளை தனியார் நிறுவனங்களுக்கு கையளிப்புச் செய்யும் முயற்சிகள் மேற்கொள்ளப்பட்டு வருகின்றன. இதன் விளைவு உண்மையில் காடுகள் அழிக்கப்படுவதோடு அந்நிலங்களின் மீதான நமது மக்களின் உரிமைகள் மறுக்கப்படுவதாகும். சில மாநிலங்களில் லட்சக்கணக்கான ஹெக்டேர்கள் அளவிலான அரசு நிலங்களில் (ஜட்ரோபா) காட்டு ஆமணக்கு (மனிதனுக்கும் சுற்றுச் சூழலுக்கும் பெரும்கெடுதலை ஏற்படுத்தக் கூடியது) போன்ற எரிபொருள் தாவரங்கள் ஊக்குவிக்கப்படுகின்றன. மக்கள் மந்தை மேய்ச்சலுக்கும் விவசாயத்திற்கும் பயன்படுத்திய நிலங்கள் காட்டு ஆமணக்கு எரிபொருள் தோட்டங்களை உருவாக்குவதற்காக தனியார் நிறுவனங்களுக்கு அளிக்கப்படுகின்றன.

3. சிறப்புப் பொருளாதார மண்டலங்கள்

புதிய வடிவத்தில் உச்சபட்சமாக நிலங்களைக் கைப்பற்றுவது சமீபத்தில் அதிகரித்துள்ளது. சிறப்புப் பொருளாதார மண்டலங்கள் என்ற பெயரில் இப்போக்கு துவங்கியுள்ளது. தனியார் நிறுவனங்களின் நலனுக்காக நிலங்கள் நம்மிடம் இருந்து வலுக்கட்டாயமாகப் பறிக்கப்பட்டு அவர்களிடம் ஒப்படைக்கப்படுகின்றன. சிறப்புப் பொருளாதார மண்டலங்களில் சம்பந்தப்பட்ட நிறுவனங்களின் ஆட்சியே நடக்கும். நிலங்களை எடுத்துக்கொள்வதோடு அரசின் எல்லாப் பணிகளையும் அவை செய்கின்றன. இவற்றில் பொதுச் சேவை அடங்குவதோடு, மறைமுகமாக குற்றவியல் சட்டமும் அவற்றின் கட்டுப்பாட்டில் இருக்கும். பல பகுதிகளில் ஆதிவாசி சமூக மற்றும் வன நிலங்களிலேயே இம்மண்டலங்கள் அமைந்து, இந்தியக் குடிமக்களான நமது அடிப்படை உரிமைகளை மறுக்கின்றன.

4. ஆதிவாசிகள் உரிமையைப் பாதுகாக்கும் அரசியலமைப்பு மறுக்கப்படுதல்

தொடர்ந்த ஆதிவாசிகளின் கலகங்களுக்குப் பிறகு அவர்களது நிலங்கள், வழமையான சட்டங்கள் மற்றும் மரபுகளை ஓரளவு பாதுகாக்க வழி செய்தது. இப்பாதுகாப்புகள் அரசியலமைப்பின் விதி 244-ன் கீழ் ஐந்து மற்றும் ஆறாவது அட்டவணைகளில் சேர்க்கப்பட்டுள்ளன. இதன் பிரிவுகளின்படி இந்தியாவிலுள்ள முக்கிய ஆதிவாசி நிலங்கள் அனைத்தும் ஐந்தாவது அட்டவணையின் கீழ் ஆதிவாசிகளுக்கென ஒதுக்கி வைக்கப்பட்டுள்ளன. இவை 5வது அட்டவணையின் பிரிவுகளின்படி நிர்வகிக்கப்பட்டன. ஆனால், கிட்டத்தட்ட பாதியளவு ஆதிவாசி நிலங்கள் அட்டவணைப்படுத்தப்படவேயில்லை.

5. பஞ்சாயத்து சட்டத்தின் (1996) மூலமாக அளிக்கப்படும் சமூகக் கட்டுப்பாட்டைப் புறக்கணித்தல் (அட்டவணைக்குட்பட்ட பகுதிகளுக்கு விரிவாக்கம்)

PESA நாட்டின் மிக வலுவான சட்டங்களில் ஒன்றாகும். குறிப்பாக ஆதிவாசிகளுக்கான அட்டவணை 5வது பகுதிகளைப் பொறுத்தவரையில் கிராமசபையின் முழு உரிமையை உறுதி செய்வதாக அரசியல் அமைப்பின் விரிவாக்கமாக இருக்கிறது. இதன்படி சமூக வளங்களை நிர்வகிக்கவும் நிலம் பெறுதல், மறு குடியேற்றம் போன்றவற்றில் கலந்தாலோசிக்கப்படவும் முழு அதிகாரம் பெற்றதாகிறது. இச்சட்டம் அனைத்து மாநிலங்களிலும் முறையாக அமல்படுத்தப்படுவது அவசியமாகும்.

இந்தப் பின்னணியில் நமது உரிமைகளை மறுக்கும், நமது வாழ்வாதாரங்களை அழிக்கும் இம்முறைகளை எதிர்க்க வேண்டிய தாகிறது. வனங்களின் மீதான உரிமைச் சட்டத்துக்காகப் போராடுவதும் மிக முக்கியமானதாகிறது.

இச்சட்டம் என்ன சொல்கிறது?

இந்திய வனப்பகுதிகளின் எரியும் பிரச்சினை அண்மைக் கால நிகழ்வல்ல. பிரிட்டிஷ் அரசால் உருவாக்கி நடைமுறைப்படுத்தப் பட்ட வனச்சட்டங்கள் பழங்குடியினர், இதர வனங்களில் வசிப்போர் குடியிருப்புகள், நிலங்கள் மற்றும் வளங்களைக் கைப்பற்றுவதற்காகப் பயன்படுத்தப்பட்டன. முதன்மையாக பிரிட்டனின் மரத் தேவைகளுக்காகவும் தேசியத் தொழில்கள் என்ற பெயரிலும் அரசு வருவாய் என்ற பெயரிலும் இந்நடவடிக்கைகள் மேற்கொள்ளப்பட்டன. தற்போது இவை வனப்பாதுகாப்பு என்ற பெயரில் நடைபெறுகின்றன.

இது எவ்வாறு நிகழ்ந்தது? பத்தொன்பதாம் நூற்றாண்டில் பிரிட்டிஷ் அரசு எல்லையில்லாமல் அடர்ந்த வனங்களை அழித்து விலை உயர்ந்த மரங்களை சுரண்ட விரும்பியது. இதற்கு பிரிட்டிஷ் அரசாங்கம் காடுகளின் மீது தனது உடைமையை நிலை நாட்டுவதும் நாட்டின் பெரும்பாலான பகுதிகளில் வழக்கத்திலிருந்து வந்த மரபுசார் முறையிலான சமுதாய வன மேலாண்மையை நசுக்குவதும் அவசியமானதாக இருந்தது. இதற்கும் வனப்பாதுகாப்புக்கும் எந்தத் தொடர்பும் இல்லை. மரங்கள் வனவளங்கள் மற்றும் பரந்துபட்ட ஒரு போதும் வனமாக இல்லாத பழங்குடிகள் மற்றும் இதர வனம் சார்ந்த மக்களின் சமூக நிலங்களையும் வளைத்துக் கட்டுப்பாட்டுக்குள் கொண்டு வரும் முயற்சியே ஆகும். பிரிட்டிஷ் அரசு இந்தியக் காடுகளில் விலை மதிக்க முடியாத மரங்களை வெட்டி லாபம் ஈட்டுவதற்காகவும் அவர்கள் நாட்டுக்கு எடுத்துச் செல்லும் நோக்கத்தோடும் செயல்பட்டது. காடுகளை சார்ந்து வாழ்ந்த பழங்குடிகளும் இதர மக்களும் இதற்கு எதிர்ப்புத் தெரிவித்து போராடினார்கள். இச்சூழலில்தான் சட்டம் என்ற போர்வையில் பிட்டிஷ் அரசு வனச்சட்டங்களை புகுத்தியது. 1864ஆம் ஆண்டு வனத்துறையை நிறுவியது. அறிவியல் பூர்வமான காடு மேலாண்மை என்ற பெயரில் நமது மண்ணுக்கும் மக்களுக்கும் சுற்றுச் சூழலுக்கும் ஒவ்வாத கேடு விளைவிக்கும் மரங்களை நடவு செய்தனர். இதன் மூலம் கோடிக்கணக்கில் லாபங்களை

ஈட்டி இயற்கை வளத்தை அழித்தனர். இதன் தொடர்ச்சியாக பல்வேறு சட்டங்கள் இயற்றப்பட்டாலும் 1927இல் இந்திய வனச்சட்டம் வடிவமைக்கப்பட்டது. இச்சட்டம் இந்திய அரசின் மையச்சட்டமாகத் திகழ்கிறது. இச்சட்டங்கள் எந்த ஒரு பகுதியையும் காப்பு வனம் அல்லது பாதுகாக்கப்பட்ட வனம் என்று குறிப்பிட்டு அறிவிக்கும் அரசின் நோக்கத்துக்கு வலுச்சேர்க்கின்றன. இதன் தொடர்ச்சியாக வனக்குடியேற்ற அலுவலர் (Forest Settlement Officer) எந்தவொரு வன உரிமையையும் (நிலம், சிறு வன மகசூல், மந்தை மேய்ச்சல் பாரம்பரிய உரிமைகள்) கேள்விக்குள்ளாக்கவும் மக்களின் உரிமையை பதிவு செய்வதா அல்லது வேண்டாமா என்பதை முடிவு செய்யவும் முடியும்.

இச்சட்டங்களின் தலையாய நோக்கம் நிலங்களைக் கைப்பற்றிக்கொண்டு மக்கள் உரிமைகளை மறுப்பதாகவே இருந்தது. நிலத் தீர்வை முறை தோல்வியடைந்தது. மத்தியப் பிரதேச மாநிலத்தின் 82.9ரூ வனப்பகுதிகளில் நாளிதுவரையில் நில அளவைகளும் முழுமையற்றவையாக உள்ளன. அதே வேளையில் ஒரிசா மாநிலத்தில் 40ரூ அளவிலான காப்பு வனங்கள் “நிகர் நிலை” (DEEMED - எந்த அறிவிப்பும் கொடுக்காமல் மக்கள் நிலங்களைக் கையகப்படுத்துவது) காப்பு வனங்களாகியுள்ளன. அங்கே நில அளவையோ உரிமைகளுக்கான நிலத்தீர்வையோ மேற்கொள்ளப்படவில்லை. ஆந்திரப்பிரதேசத்தில் அரசு வனப்பகுதிகளில் இதுவரை வனத்தீர்வை மேற்கொள்ளப் படவில்லை. தமிழ்நாட்டைப் பொறுத்தவரைக்கும் 1882இல் சென்னை வனச் சட்டம் ஏற்படுத்தப்பட்டது. இச்சட்டம் தற்போது தமிழ்நாடு வனச்சட்டமாக உள்ளது. இச்சட்டங்கள் மூலம் எந்தவித முன்னறிவிப்பும் கொடுக்காமல் மக்களின் பாரம்பரிய விவசாய நிலங்களையும் கூட வனத்துறையினர் தமது கட்டுப்பாட்டுக்குள் கொண்டு வந்துள்ளனர். உரிமை கோரும் நடவடிக்கைகள் மேற்கொள்ளப்படும் போதெல்லாம் சமூக ரீதியாக வலுவிழந்த சமூகங்களின் உரிமைகள், குறிப்பாக பழங்குடி மற்றும் இதர வனம் சார்ந்த மக்களின் உரிமைகள் மிக அரிதாகவே பதிவு செய்யப்பட்டுள்ளன. சுதந்திரத்திற்குப் பிறகு மன்னராட்சிப் பகுதிகள் ஜமீன்தார்கள் மற்றும் தனியுடைமையாளர்களின் கீழிலிருந்து அளவை செய்யப்படாத சமூக நிலங்கள் அனைத்தையும் நிகர்நிலை (DEEMED) வனங்கள் அல்லது காப்பு வனங்களாக

அறிவிக்கும் அறிவிக்கைகள் மூலமாக வனத்துறைக்கு கைமாற்றம் செய்யப்பட்டதன் மூலம் சிக்கல் மேலும் மோசமாகியுள்ளது.

சுருங்கக் கூறின், அரசாங்கப்பதிவுகள் வனங்கள் என்று அடையாளம் காட்டும் பெருமளவிலான பகுதிகள் ஒரு போதும் வனப் பகுதி அல்ல. மேலும் உண்மையான வனமாக இருக்கும் பகுதிகள் பழங்குடிகள் மற்றும் இதர வனம் சார்ந்த சமூகங்களின் பாரம்பரிய குடியிருப்புகளையும் உள்ளடக்கியவை. இந்நிலங்களில் வாழும் நாம், அவை வனமாக இருந்தாலும் இல்லாவிட்டாலும் நமது வீடுகளிலேயே ஆக்கிரமிப்பாளர்களாக அறிவிக்கப்பட்டுள்ளோம். இந்நிலை அரசியல் அமைப்பின் அட்டவணை 5வது மற்றும் 6வதின் கீழ் பழங்குடியினரின் பாரம்பரிய வாழிடங்களுக்கு சிறப்புப் பாதுகாப்பு அளிக்கப்பட்டுள்ளதற்கு எதிராக உள்ளது. நமது நாட்டில் நிலச் சுவான்தார்களும் (பண்ணையார்) ஜமீன்தார்களும் ஒழிக்கப்பட்டு விட்டார்கள். நிலப் பிரபுத்துவம் செயலிழந்துவிட்டது என்று நாம் கருதுகிறோம். ஆனால், மிகப் பெரிய பண்ணையாராகவும் ஜமீன்தாராகவும் வனத்துறையினர் உள்ளனர். நாட்டின் பெரும்பான்மையான அனைத்து வளங்களும் உள்ளடக்கிய வனநிலங்கள் இவர்களின் அதிகாரத்திலும் ஆதிக்கத்திலும் உள்ளன. இதனால் தான் நாம் முன்பு பார்த்த அதே நிலப் பிரபுக்களின் கொடூரத் தன்மைகள் அத்தனையையும் வனத்துறையினரிடம் காண முடிகிறது. தற்போது நாட்டின் மிகப் பெரிய ஜமீன்தாருடைய உள்ளூர் முகவராக வனக்காவலர் ஆகிறார். இவர் கையூட்டைக் கறப்பதும் உடல் சார் மற்றும் பாலியல் தாக்குதல்களை சமூகத்தின் மீது ஏவுவதுமாக உள்ளார். மேலும் வனக்காவலருக்கு நம் மீது முழு அதிகாரம் கொடுக்கப்பட்டுள்ளதால் அனைத்து வனங்களில் வாழ்வோரையும் துன்புறுத்துபவராகவே உள்ளார்.

காலப்போக்கில் இந்த அமைப்பு மேலும் மேலும் வலுப் பெற்று விட்டது. தேசிய நலனுக்காக என்ற போர்வையில் வன அலுவலர்களிடம் இந்தியக் காடுகளில் மக்கள் வசிக்கக்கூடாது என்ற எண்ணங்கள் வலுப்பெற்று வருகிறது. வன அலுவலர்களால் உருவாக்கி வளர்க்கப்பட்ட இக்கருத்துருவாக்கத்தால் பலர் பயன் அடைகின்றனர். பெரும்பாலான மக்களின் வாழ்வியல்சார் நடவடிக்கைகள் சட்டத்திற்குப் புறம்பானவையாக அறிவிக்கப்படும் சூழலில் இலவசமாக உழைப்பைச் சுரண்டுவது மற்றும் கையூட்டு பெறுவது ஆகியவற்றின் மூலமாக உள்ளூர் வன அலுவலர்கள்

ஆதாயம் அடைகின்றனர். உயர் மட்ட அதிகாரிகள் மத்தியில் நமது வாழ்வு மற்றும் வன நிலங்கள் மீதான அவர்களது முழுமையான அதிகாரத்தை கேள்வி கேட்க யாரும் இல்லாததால் ஊழல் நடைபெற்று இதன் மூலம் பயனடைகின்றனர். நம்முடைய பாரம்பரிய வன நிலங்கள் சுரங்கம் தோண்டும் நிறுவனங்கள், காகித ஆலைகள் கனிமங்கள் வெட்டி எடுக்கும் நிறுவனங்கள், மேலும் பெரும் தோட்ட பயிர் செய்கைக்காக பெருமுதலாளிகளுக்கும் பல்வேறு கம்பெனிகளுக்கும் தாரை வார்க்கப்படுகின்றன. இதன் மூலம் அடர்ந்த காடுகள் அழிக்கப்படுவதோடு பல்லுயிர் சூழலுக்கும் அழிவு ஏற்படும் நிலை தொடர்கிறது. இது போன்ற அழிவுகளுக்கு எதிராக பழங்குடிகளும் காட்டை நம்பி வாழும் மக்களும் தொடர்ந்து போராடி வருகின்றனர். சுற்றுச் சூழலை பாதுகாக்கிறோம் என்ற பெயரில் இயங்கக்கூடிய தன்னார்வ நிறுவனங்களும் இது போன்ற செயல்களுக்கு எதிராகக் குரல் கொடுப்பதில்லை. ஆனால், பழங்குடிகளும் ஏழை எளிய மக்களும் காடுகளை அழிக்கின்றனர் என்ற பொய்யான பிரச்சாரங்களை பரப்புவதால் உள்நாட்டிலும் வெளிநாட்டிலும் இருந்து லாபம் பெறுகின்றனர். பழங்குடிகளும் காடு சார்ந்து வாழும் மக்களும் தொடர்ந்து உழைப்புச் சுரண்டலுக்கும் உள்ளாக்கப்படுகின்றனர். இதனால் மக்களுடைய வாழ்வுநிலை அழிக்கப்பட்டு வறுமையான சூழலுக்கு தள்ளப்பட்டுள்ளனர். தேவை எழும்போதெல்லாம் மிக எளிதாக நாம் துரத்தப்படுகிறோம். அல்லது நிலமற்றவர்களாக்கப்படுகிறோம். நமக்கு சட்ட ரீதியான பாதுகாப்பு இல்லாதிருப்பதே இதற்குக் காரணம். நாளிது வரை இதே மனப்போக்கு தொடர்ந்து வலியுறுத்தப்படுவதோடு பெரு நிறுவனங்களை ஆதரிக்கும் அரசாங்கத்தின் இதுபோன்ற கொள்கைகளால் மக்களின் சூழல் மோசமாகி வருகிறது. ஒரு நூற்றாண்டுக்கும் மேலாக கொடுமைகளுக்கு எதிராக நாம் போராடி வந்துள்ளோம். இந்த நிலையில் வன உரிமைச் சட்டம் வலுச்சேர்க்கின்றது.

வன உரிமைகள் சட்டத்தின் நிலை

நமது தொடர் போராட்டத்தின் மிக முக்கிய பகுதி இந்த வன உரிமைகள் சட்டமாகும். பல்வேறு இயக்கங்களும் குழுக்களும் ஆதிவாசிகள் மற்றும் வனங்களில் வாழ்வோர் உரிமைகளைப் பதிவு செய்யவும் சட்ட அங்கீகாரம் பெறவும் இழந்த உரிமைகளை மீட்கவும் உதவக்கூடிய ஒரு சட்டத்தைக் கொண்டு வரவே

போராடி வந்துள்ளோம். வனங்களின் மீதான அதிகாரத்தை மக்களுக்கே உரித்தாக்குவதில் இது ஒரு முதல் படியாகும். ஆனால் நாம் பார்த்தவரையில் இறுதியாக நிறைவேற்றப்பட்ட சட்டத்தில் ஒருசில குறைகளும் இருக்கத்தான் செய்கின்றன. நாடாளுமன்ற கூட்டுக்குழு (JC) இறுதி மசோதா சட்டமாக நிறைவேறும் கடைசி நேரத்தில் ஒரு சில மாற்றங்களை அதிகார வர்க்கம் செய்து விட்டது.

இக்குறிப்பேடு எதைப் பற்றியது?

நிறைவேற்றப்பட்ட வன உரிமைகள் சட்டம் மற்றும் அதன் கீழ் ஆதிவாசிகள் நல அமைச்சகத்தால் வடிவமைக்கப்பட்ட விதிகள் குறித்த ஒரு எளிய விளக்கக் கையேடாகும். சட்டத்தின் அடிப்படைக் கட்டமைப்பை முழுமையாகப் புரிந்துகொள்ளச் செய்வதோடு வனத்தைச் சார்ந்து வாழும் நமது மக்களின் பாரம்பரிய அடிப்படை உரிமைகளைப் பாதுகாக்கவும் நமது போராட்டங்களுக்கு கருவியாகப் பயன்படுத்தவும் பெரிதும் உதவும்.

இச்சட்டத்தின் கீழ் உரிமை பெறத் தகுதி படைத்தோர் யார்?

ஒரு நபர் அல்லது சமூகம் வனத்தில் வசிப்பவராகவும் அதன் மூலம் வன உரிமைகளுக்குத் தகுதி படைத்தவராக இருப்பதை நிரூபிக்கவும் அவர்களது கோரிக்கை பின்வருவனவற்றை நிரூபித்தாக வேண்டும். அவர்கள் “முதன்மையாக வனங்களில் வசிப்பவர்கள்” பிரிவு 2(c), 2(o).

இதன் பொருள் என்ன?

இத்தேவையை நிரூபிக்க ஒருவர் கூரை வீடு (ஜோப்டி), பிற குடியிருப்பில் வன நிலத்திற்கு உட்பட்ட பகுதியில் குடியிருக்க வேண்டும் அல்லது வனம் சார்ந்த சிற்றூரில் வசிப்பவராக இருக்க வேண்டும். குடியிருப்பது என்பது ஒரு குறிப்பிட்ட பகுதியை கையகப்படுத்துவது என்பதாகவும் இருக்கலாம். பிற சந்தர்ப்பங்களில் தொழில் என்பது குடியிருப்பை மட்டுமல்ல விவசாயத்திற்கான நிலம், மேய்ச்சல், சிறு வன விளைப்பொருட்களைச் சேகரித்தல் போன்ற அடிப்படை வாழ்க்கை சார் பணிகளோடு ஒட்டியதாக இருக்கும். மேலும் வனங்களுக்கு வெளியே வசிப்போரும் வனங்களுக்கு உட்பட்ட உரிமைகளைக் கோர முடியும் என்பதற்கு பாராளுமன்றத்தில் பழங்குடி நலத்துறை அமைச்சர் உறுதியளித்துள்ளார்.

அவர்கள் "வன நிலம் அல்லது வனங்களை முறையான அடிப்படை வாழ்வியல் தேவைகளுக்காக சார்ந்திருப்பவர்கள்;" பிரிவு 2(c), 2(d)

இதன் பொருள் என்ன?

ஒரு நபர் அவரது முறையான அடிப்படை வாழ்வியல் தேவைகளுக்கு வனநிலத்தைச் சார்ந்திருப்பவராக இருக்க வேண்டும் என்பதும் இரண்டாவது தேவை. முறையான வாழ்வியல் தேவைகள் பொருளீட்டும் வணிக ஆதாய நோக்கத்தை மட்டுமல்ல அடிப்படை இருத்தலையும் உள்ளடக்கியது. விதிகளின்படி நிலத்தில் விளைவிக்கப்பட்ட பயிர்களை விற்பனை செய்தல், காடுகளிலிருந்து சிறு வன உற்பத்திப் பொருட்களைச் சேகரித்து விற்றல் மற்றும் நீர் நிலைகளிலிருந்தும் மந்தை மேய்த்தல் போன்றவற்றிலிருந்தும் பெறப்படும் வருவாய் வாழ்வியல் தேவைகளுக்கு அவசியமாகிறது.

உரிமை கோருபவர் அட்டவணைக்கு உட்பட்ட இனத்தினராக இருப்பின் அவர்கள் அட்டவணைக்குள்ளாகும் பகுதியில் குடியிருக்க வேண்டும்.

பிரிவு 2 (c) (மற்றும் 4(1)

இதன் பொருள் என்ன?

அட்டவணைக்குட்பட்ட இனத்தினர் பட்டியல், ஒவ்வொரு சமூகமும் அவர்கள் அட்டவணைக்கு உட்படுத்தப்பட்ட போது வாழ்ந்துவந்த பகுதியை உள்ளடக்கியது. சில சமயங்களில் இப்பகுதி ஒரு முழு மாநிலமாகவும் மாநிலத்தின் பகுதியாகவோ இருக்கும். எடுத்துக்காட்டாக 'பில்' பழங்குடியினர் மத்தியப் பிரதேசம், மகாராஷ்ட்ரா, ஆந்திரப் பிரதேசம், குஜராத், கர்நாடகா, ராஜஸ்தான் மற்றும் திரிபுரா ஆகிய மாநிலங்களில் அட்டவணைக் குட்படுத்தப்பட்டுள்ளனர். இம்மாநிலங்களில் அட்டவணைக்குட் படுத்தப்பட்ட பகுதிகளில் 'பில்' பழங்குடியினர் உரிமை கோரலாம். இம்மாநிலங்களுக்கு வெளியே இச்சட்டத்தின்படி பில் பழங்குடியினர் அட்டவணைக்குட்பட்ட இனத்தினராக உரிமை கோர முடியாது. அதே வேளையில் "பிற பாரம்பரிய வன வாழ்வோர்" என்ற அடிப்படையில் அவர்களும் உரிமை கோரலாம். இதே போல் கேரளாவில் மலைப் புலையர்கள் அட்டவணைக்கு உட்பட்ட பழங்குடியினராக உள்ளனர். ஆனால் தமிழ்நாட்டில் புலையர்கள் தாழ்த்தப்பட்ட சாதியாக (SC) பதிவு செய்யப்பட்டுள்ளனர். இதே போல் சேலத்தில் மலையாளிகள்

பழங்குடியினர் அட்டவணைக்கு உட்பட்ட பழங்குடிகளாகவும் அதே பழங்குடியினர் ஈரோடு மாவட்டத்தில் இதர பிற்படுத்தப்பட்ட வகுப்பினர் (O.B.C.) ஆகவும் உள்ளனர். இவர்கள் பிற பாரம்பரிய வன வாழ்வோர் என்ற அடிப்படையில் உரிமை கோரலாம். (கீழே பார்க்கவும்).

உரிமை கோருபவர் அவர் அட்டவணைக்குட்படுத்தப்பட்ட பகுதியின் பழங்குடியினத்தவரல்லாதவராக அல்லது இதர வனம் சார்ந்த மக்களாக இருப்பின் அவர்கள் வன நிலத்தில் அல்லது வனத்தில் எழுபத்தைந்து ஆண்டுகளாக வசிப்பவராக இருத்தல் வேண்டும். இதன் மூலம் அவர்கள் "பிற பாரம்பரிய வனங்களில் வசிப்போர்" எனப் பரிசீலிக்கப்பட முடியும். பிரிவு 2 (o)

இதன் பொருள் என்ன?

இந்தப் பிரிவின்படி ஒருவர் 2005ற்கு முன்பாக வனங்களிலோ வன நிலத்திலோ மூன்று தலைமுறைகளாக வசித்து வந்திருக்க வேண்டும். ஒரு தலைமுறை என்பது இருபத்தைந்து வருடங்களாக விளக்கப்பட்டுள்ளது. இதன்படி 1930-லிருந்து மூன்று தலை முறைகள் எழுபத்தைந்து வருடங்களாகக் கணக்கிடப்படுகின்றன.

இச்சட்டத்தின்படி ஒரு நபர் 1930லிருந்து வன நிலத்தில் வசித்திருக்க வேண்டுமே தவிர அதே இடத்தில் வசித்திருக்க வேண்டும் என்பது அவசியமில்லை. அதே போல் தமது சமூகம் 1930-லிருந்து வனங்களில் வசித்து வந்திருக்கும் நிலையிலும் ஒரு நபர் உரிமை கோரலாம்.

எந்தவொரு உரிமை கோருதலுக்கும் இரண்டு வகையான சான்றுகள் இணைக்கப்பட வேண்டும் என்பதோடு (கீழே பார்க்க பிரிவு III) இச்சான்றுகள் மூன்று தலைமுறைகளாக வசித்து வந்திருப்பதாக உள்ளடக்கியதாக இருக்க வேண்டும்.

உரிமை கோருபவர் அட்டவணைக்குட்பட்ட பழங்குடியினராக இருப்பின் அதற்கான உரிமை கோருவதற்காக அட்டவணைக்குட்பட்ட பழங்குடியினர் என்பதற்கான சான்றிதழை இணைப்பது அவசியம்.

பிரிவு 2 (C) மற்றும் விதிகளின்படி படிவம்

இதன்பொருள் என்ன?

வனங்களில் வசிக்கும் அட்டவணைக்குட்பட்ட பழங்குடியினராக உரிமைகள் கோரும் ஒருவர், அட்டவணைக்குட்பட்ட பழங்குடியினர் என்பதற்கான சான்றிதழை இணைப்பது அவசியமாகிறது.

முதல்படி

நமக்கேயான கிராமசபைகள், வன உரிமைக் குழுக்களை அமைத்து அறிவித்தல்

வன உரிமைகள் சட்டத்தின்படி நான்கு விதமான கிராம சபைகளுக்கு வழிவகை செய்யப்பட்டுள்ளபோதிலும் விதிகளின்படி எந்த வகையான கிராமசபை அழைக்கப்பட வேண்டுமென்பதைக் குறிப்பிடாமலே கிராம சபைக் கூட்டங்களை கிராமப் பஞ்சாயத்து நடத்திக்கொள்ளலாம். இதன்படி கிராம சபையின் ஒரு கூட்டத்தைக் கூட்டுவது என்பது ஒட்டு மொத்த பஞ்சாயத்துகளைக் குறிக்கும். இவை உண்மையில் நமது சமூக கிராம சபை அல்ல. நிர்வாகத்தால் உருவாக்கப்பட்ட கற்பனையாகும். பெரும்பாலான மாநிலங்களில் கிராமசபை என்பது மிகப் பெரியதாகவும் பல தரப்பட்ட வருவாய் கிராமங்களையும் ஆயிரக்கணக்கான மக்களையும் கொண்டதாக இருக்கிறது. நம்மை இதுபோன்ற கிராம சபைகளின் மூலமாக வலுக்கட்டாயமாகப் பணி புரியச் செய்வதன் மூலம் நமது வளங்களைக் கட்டுப்பாட்டுக்குள் கொண்டு வருவதும் நாம் நம்முடைய உரிமைகளைப் பெறுவதை சாத்தியமற்றதாகச் செய்வதும் அரசின் முயற்சியாக இருக்கிறது. இது நம்மால் சமாளிக்க முடியாததாகும்.

எனவே, முதற்கட்டமாக நாம் செய்தாக வேண்டியது, நாம் நமது உரிமைகளைக் கோருவோம் என்பதையும் நமது சொந்த கிராமங்களிலுள்ள உண்மையான கிராம சபைகளைப் பயன்படுத்துவோம் என்பதையும் அரசுக்கு அறிவித்தலே ஆகும். பஞ்சாயத்துகள் சட்டம், 1996 (அட்டவணைக்குட்பட்ட பகுதிகளின் விரிவாக்கம்)- ன்படி நாம் ஏற்கெனவே அட்டவணைக்குட்பட்ட பகுதிகளில் இதற்கான சட்ட உரிமையைப் பெற்றிருக்கிறோம்; வன உரிமைகள் சட்டம் பிரிவு 2 மற்றும் பிரிவு 13 ஆகியவற்றின் கீழும் இவ்வுரிமை அங்கீகரிக்கப்பட்டுள்ளது. வன கிராமங்கள் உள்ளிட்ட பிற பகுதிகளில் மற்றும் பதிவு செய்யப்படாத கிராமங்களின் குடிமக்களாகவும் வனங்களில் வாழ்வோராகவும் நமது உரிமைகளின் பகுதியாக நாம் இதனைக் கோருவோம்.

இதனைச் செய்வதற்கு குடியிருப்பு அல்லது கூட்டுக் குடியிருப்புகளைச் சேர்ந்த மக்கள் ஒன்றாக கிராம சபைகளை ஏற்படுத்த முடிவு செய்து கூட்டம் கூட்டி தீர்மானம் ஒன்றை நிறைவேற்றியாக வேண்டும். (இணைப்பு ஆக வரைவுத்

தீர்மானம் ஒன்று இணைக்கப்பட்டுள்ளது). இத்தீர்மானம் கிராமத்திலுள்ள அனைத்து ஆண் மற்றும் பெண் குடியிருப்பு வாசிகளால் கையெழுத்திடப்பட்டு கோட்டாட்சியருக்கும் (R.D.O.) பஞ்சாயத்துகளுக்கும் ஒரு நகலோடு அனுப்பப்பட வேண்டும்.

கிராமப் பஞ்சாயத்தின் ஒரு பகுதியாகவோ இல்லாமலோ இருந்தாலும், வன கிராமங்கள் மற்றும் பதிவு செய்யப்படாத குடியேற்றங்களைப் பொறுத்தவரையில் அப்பகுதி வாழ் மக்கள் தமக்கான கிராம சபையைக் கட்டமைக்கலாம். இதனை கோட்டாட்சியர் (R.D.O.) மற்றும் கிராமப் பஞ்சாயத்துக்கு (ஏதேனும் இருப்பின்) தெரிவிக்க வேண்டும்.

பஞ்சாயத்துக்கள் இல்லாத மாநிலங்களில் குறிப்பாக சில வடகிழக்கு மாநிலங்களில் பாரம்பரிய கிராம அமைப்பே சட்டத்தின் (பிரிவு 2 (iv)-இன் நோக்கத்தின்படி கிராம சபையாகக் கொள்ளலாம்.

வன உரிமைக் குழுவைக் கட்டமைத்தல்

தனது முதலாவது கூட்டத்தில் கிராமசபை பத்து முதல் பதினைந்து பேரைக் கொண்ட சிறியதோர் உறுப்பினர் குழுவைத் தேர்வு செய்து அவர்கள் பெயர்களைப் பட்டியலிட்டு தீர்மானம் ஒன்றை நிறைவேற்ற வேண்டும். மக்கள் தொகை விகிதாச்சாரத் துக்கேற்ப இக்குழுவின் உறுப்பினர்கள் அட்டவணைக்குட்பட்ட பழங்குடியினரையும் அல்லாதோரையும் கொண்டிருக்க வேண்டும். இவர்களில் குறைந்தது மூன்றில் ஒரு பங்கு அட்டவணைக்குட்பட்ட பழங்குடியினர் இருக்க வேண்டும். அவ்வாறு இல்லாதபோது மட்டும் மூன்றில் ஒரு பங்கு உறுப்பினர்கள் பெண்களாக இருக்க வேண்டும்.

குழுவின் முதலாவது கூட்டத்தில் அது தனக்கான தலைவர் ஒருவரையும் செயலாளர் ஒருவரையும் (செயலாளர் குழு மேற்கொள்ளும் நடவடிக்கைகளையும் முடிவுகளையும் பதிவு செய்வார்) தேர்ந்தெடுத்த இத்தகவலை R.D.O.விற்கு அனுப்ப வேண்டும். இக்குழுவின் கடமைகள் கீழே கொடுக்கப்பட்டுள்ள "நான்காவது படி" இன் கீழ் விளக்கப்பட்டுள்ளன.

கிராம சபையின் எந்தவொரு கூட்டத்திலும் நிறைவேற்றப்படும் தீர்மானங்கள் மதிப்புள்ளவையாக குறைந்தது 2,3 பங்கு உறுப்பினர்கள் வருகை புரிந்திருக்க வேண்டும்.

இரண்டாம் படி

பாரம்பரிய வனங்களையும் குடியிருப்பு நிலங்களையும் நமது கட்டுப்பாட்டுக்குள் கொண்டு வருதல்

சட்டத்தின் பிரிவு 3(i) மற்றும் பிரிவு 5 இன் கீழ்; நமது பாரம்பரிய வனங்களைப் பாதுகாப்பது மிக முக்கியமான உரிமைகளில் ஒன்றாகும். இந்த உரிமையின் கீழ் "வனத் துறையின் நிலைப்பாடு எதுவாக இருந்தாலும் வனங்களைப் பாதுகாத்தல் மறு உற்பத்தி செய்தல் பாதுகாத்து நிர்வகித்தல்" பிரிவு 3 நமது சமூகத்தின் உரிமையாகும். (பிரிவு 5) இன்படி எந்தவொரு சமூக வன ஆதாரமும் மரங்களும் பல்லுயிர்ப் பெருக்கச் சூழலும் வன விலங்குகள் மற்றும் நீர் ஆதாரங்களும் எந்தவொரு வனத்திலும் நம்மால் பாதுகாக்கப்பட அதிகாரம் தரப்பட்டிருக்கிறது.

சட்டப்பிரிவு 5ன்படி இச்சட்டம் நடைமுறைக்கு வரும் ஜனவரி 1,2008 முதல் இவ்வுரிமை நமது சமூகங்களின் அதிகாரமாகிறது.

அலுவல்ரீதியான அங்கீகாரத்தைப் பெறுவதற்கு நமது சமூகம் தனது எல்லைகளை வரையறுத்து இவ்வுரிமை கோருவதற்கான மனுவைத் தாக்கல் செய்யவேண்டும். (கீழே பார்க்கவும்). ஒரு வேளை இது நிராகரிக்கப்பட்டாலும் வனங்களைப் பாதுகாக்கும் அதிகாரம் நமது சமூகத்திற்கு உண்டு.

இச்சட்டத்தின் கீழ் உள்ள மிகச் சக்தி வாய்ந்த உரிமை இதுவே.

பிரிவு 3(ii) மற்றும் 5-இன்படி வன வளங்கள் மீதான பின்வரும் உரிமைகள் நமது சமூகத்திற்கு உண்டு.

- வனங்களைப் பாதுகாத்துப் பராமரித்தல்,
- அவற்றை மேலாண்மை செய்தல்
- அவற்றை மறு உற்பத்தி செய்தல் (எ.கா)
- இயற்கையான மறு உற்பத்தி முறையில் அல்லது பழமையான மரங்கள், மருத்துவத் தாவரங்கள் பசும்புல் ஆகியவற்றைப் புதிதாக நடுதல்.
- இவ்வளங்களைப் பயன்படுத்தித் தக்க வைத்தல்.

குறிப்பாக கிராம சபை அல்லது பிற சிற்றூர் அமைப்பு அல்லது வன உரிமைகளை வைத்திருக்கும் தனி நபர் பின்வருவனவற்றை மேற்கொள்ளலாம்.

- [பிரிவு 5(a)] இன்படி, வன உயிர்கள், காடுகள் மற்றும் பல்லுயிர்ப் பெருக்கச் சூழலைப் பாதுகாத்தல்.
- [பிரிவு 5 (b)] இன்படி அண்மையிலுள்ள நீர் வளங்கள் மற்றும் முக்கிய நீர்ப் பிடிப்புப் பகுதிகளைப் பாதுகாத்தல்.

- [பிரிவு 5(C)] இன்படி வாழ்க்கை முறை மற்றும் "பண்பாடு மற்றும் இயற்கைப் பண்பாட்டுப் பாரம்பரியத்தைப் பாதுகாத்தல்" (எ.கா :- சாமி மரங்கள், வழிபாட்டிடங்கள், மலைகள், நீர் ஆதாரங்கள் இன்ன பிற) சுருங்கக் கூறின் அழிவிலிருந்து வன உயினங்களையும் (சமூகத்தை) பாதுகாத்தல்.

இறுதியாக (பிரிவு 5(d)) இன்படி வன உரிமைகளை வைத்திருக்கும் எவரும் அல்லது கிராம சபை, வன உயிர்கள், வனங்கள், சமூக வன வளங்களின் பல்லுயிர்ச் சூழல் ஆகியவற்றைப் பாதுகாக்கும் உரிமையைப் பெற்று ஒழுங்குபடுத்திக் கொள்வதற்கான விதிகளை உருவாக்கிக்கொள்ளும் அதிகாரத்தைப் பெற்றிருப்பதோடு இம்முடிவுகள் பின்பற்றப்படுகின்றன என்பதை உறுதி செய்து கொள்ளவும் இயலும்.

சில எடுத்துக்காட்டுகள் :

1. மரபுத் தன்மைக்கும் மண்ணுக்கும் ஒத்துவராத வணிக நோக்கிலான மரங்களை மேய்ச்சல் நிலங்களிலோ பிற பொது நிலங்களிலோ வனத்துறை நடவுசெய்ய விரும்பினால் அதனை நமது சமூகம் தடுத்து நிறுத்த இயலும். குறிப்பிட்ட பகுதி சமூகத்தின் வன வளம் என்பதையும், அதன் இயற்கையான பல்லுயிர்ப் பெருக்கச் சூழலோடு அதனைப் பாதுகாத்து பராமரிக்கும் அதிகாரம் உண்டு என்பதையும் வலியுறுத்தி இதனைச் செயல்படுத்த வேண்டும்.

2. சட்டத்திற்குப் புறம்பாக மரங்கள் தொடர்ந்து வெட்டி வீழ்த்தப்படுமானால் வன உரிமைகளை வைத்திருப்போருக்கு சட்ட ரீதியாகவே அதனை நிறுத்தும் உரிமை உண்டு.

3. ஏதேனும் வன நிலப் பகுதி (இயற்கை வளங்களை சூறையாடி பெரும் நிறுவனங்கள் மற்றும் பன்னாட்டுக் நிறுவனங்களுக்குக் கொடுப்பது) சுரங்கம் அல்லது அதுபோன்ற வேறு நடவடிக்கைகளுக்காக மாற்றியமைக்கப் படுமானால் (எ.கா. ஒரிசா லஞ்சிகாரைச் சேர்ந்த நியாம் கிரி பகுதி நிகழ்வு) இவ்வனங்கள் சமூக வன வளங்கள் என்பதையும் சமூகத்தின் வாழ்க்கைமுறை மற்றும் பண்பாட்டு, இயற்கைப் பாரம்பரியத்தின் பகுதி என்பதையும் கூறி இத்தகு அழிவைத் தடுக்கும் உரிமை மற்றும் அதிகாரம் சமூகத்திற்கு உண்டு.

இதன் பொருள், முதன்மையாக, வனத்துறை அல்லது அரசு அல்லது வனக் கொள்கைக் குழுவின் முடிவு எதுவாக இருந்தாலும் சமூகம் தனது முடிவுகளை வலியுறுத்தி தனது வனங்களைப் பாதுகாத்துக் கொள்ள முடியும்.

இவ்வுரிமை எவ்வாறு பயன்படுத்தப்பட வேண்டும்?

நமது பாரம்பரிய வாழும் வனப்பகுதிகளின் எல்லைகளைக் குறிப்பது முதல் வேலையாகும். அண்மையிலுள்ள சிற்றூர்களையும் கலந்தாலோசித்து நமது குடியிருப்பு அல்லது சிற்றூரின் பாரம்பரிய எல்லைகள் வரையறுக்கப்பட வேண்டும். ஏதேனும் ஒரு குறிப்பிட்ட வனப்பகுதி இரண்டு அல்லது அதற்கு மேற்பட்ட சிற்றூர்களுடன் சேர்ந்த பகுதியாக இருக்கும் நிலையில், தொடர்புடைய சிற்றூர்கள் ஒன்றிணைந்து தமக்குப் பொதுவான சமூக வனமாக எல்லைகளைக் குறிக்கலாம். இதன் பிறகு இவ்வெல்லைகளைக் காட்டும் வரைபடம் தயாரிக்கப்பட வேண்டும். அவ்வாறு தயாரிக்கப்படுகையில் அப்பகுதியிலுள்ள மரங்கள், நீர் ஆதாரங்கள், பொதுவான பகுதிகள் (சுடுகாடு அல்லது இடுகாட்டுத் திடல்கள்) வழிபாட்டிடங்கள் இன்ன பிற குறிக்கப்பட வேண்டும்.

இப்பணி மேற்கொள்ளப்பட்ட பின் இப்பகுதி சமூகத்தின் பாரம்பரிய வனப்பகுதி என்றும், வன உயிர்கள், சமூக மற்றும் இயற்கைப் பாரம்பரியம், அப்பகுதியிலுள்ள நீர் ஆதாரங்கள் ஆகியன உள்ள காடுகளைப் பாதுகாக்க உரிமையும் அதிகாரமும் உள்ளது என்றும் கிராம சபையால் தீர்மானம் நிறைவேற்றப்பட்டு அறிவிக்கப்பட வேண்டும். இத்தீர்மானம் பஞ்சாயத்து, R.D.O, துணை வட்டார அளவிலான குழு, மாவட்ட வன அலுவலர் மற்றும் பிற அரசு அதிகாரிகளுக்கு அனுப்பப்பட வேண்டும்.

மேலும் இத்தீர்மானம் வன வளங்களைப் பாதுகாத்து நிர்வகித்து கட்டுப்பாட்டுக்குள் வைத்து பயன்பாட்டைத் தக்கவைத்துக் கொள்ளும் சமூக உரிமையை (சட்டப்பிரிவு 3 I (i)) பரிந்துரைக்கப்பட்ட வேண்டுகோளாகவும் துணை வட்டார அளவிலான குழுவுக்கு அனுப்ப வேண்டும்.)

மூன்றாம் படி

நமது உரிமைகளைக் கோருதல்

நமக்கான கிராம சபைகளை உருவாக்கிய பிறகு தற்காலிகமாக இவ்வுரிமைகளுக்காக பங்கு பற்றுபவர்களையும் மனதில் கொண்டு கிராம சபையின் மூலம் உரிமைகள் கோரப்படுவதற்கு அழைப்பு விடுக்க வேண்டும். கிராமசபை உரிமைகளுக்கான அழைப்பு விடுக்கும் தீர்மானத்தை நிறைவேற்றிய பிறகு இவ்விண்ணப்பங்கள் மூன்று மாதங்களுக்குள் சமர்ப்பிக்கப்பட வேண்டும். எனினும் உரிய காரணங்களைப் பதிவு செய்யும் மற்றுமொரு தீர்மானத்தை நிறைவேற்றுவதன் மூலம் கிராம சபையே இக்கால அவகாசத்தை நீட்டிக்க முடியும். குறிப்பிட்ட உரிமைகளில் ஒவ்வொன்றையும் வன உரிமைகள் குழுவுக்கு விண்ணப்பம் அனுப்புவதன் மூலம் கோரமுடியும். ஒரு விண்ணப்பத்திலேயே பல உரிமைகளைக் கோர முடியும்.

விதிகள் [1 (a) மற்றும் 13] இன் கீழ் ஒவ்வொரு விண்ணப்பத்திலும் இரண்டு விதமான சான்றுகளை இணைக்க வேண்டும். ஒவ்வொரு உரிமையின் கீழும் விண்ணப்பத்துடன் உள்ள சான்றுகள் பட்டியலிடப்பட வேண்டும்.

இத்துடன் ஒவ்வொரு விண்ணப்பத்துடனும் பின்வருவன இணைக்கப்பட வேண்டும்.

1. அட்டவணைக்குட்பட்ட பழங்குடியினர் என்பதற்கான சான்று, விண்ணப்பதாரர் அவர் அட்டவணைக்குட்பட்ட பகுதியில் வசிக்கும் பழங்குடியினராக இருப்பின்,

2. விண்ணப்பதாரர் அவர் அட்டவணைக்கு உட்படுத்தப்பட்ட பகுதியில் வசிக்காத, பழங்குடியினர் அல்லாதோராக இருப்பின் எழுபத்தைந்து ஆண்டுகளாக வனப்பகுதிகளில் வசித்து வந்திருப்பதற்கான சான்று பின்வருமாறு:

   a) ஆவணங்கள் நிலப் பதிவுகள் அல்லது அப்பகுதியில் அச்சமயத்தில் பதிவு செய்யப்பட்ட பிற ஆவணங்கள், இவை குறிப்பிட்ட நபர் அவரது முன்னோர் வழி வந்ததை காட்டுவதாக இருக்க வேண்டும்.

   b) எழுபத்தைந்து ஆண்டுகளுக்கு முந்தைய வனப்பகுதி, சிற்றூர் ஆவணங்கள், இவை குறிப்பிட்ட நபர் அவரது

முன்னோர் வழி வந்ததைக் காட்டுவதாக இருக்க வேண்டும்.

c) எழுபத்தைந்து ஆண்டுகால குடியிருப்புக்கான உறுதி மொழி சிற்றூரின் முதிய குடிமக்களிடமிருந்து பெறப்பட்ட வாக்குமூலமாக இருக்கலாம்.

நமது உரிமைகளும் அவற்றைக் கோரும் வழிகளும்

சட்டத்தின் கீழ் நமக்குள்ள உரிமைகள் என்ன? பதின்மூன்று உரிமைகள் பட்டியலிடப்பட்டுள்ள போதும் அவற்றின் அடிப்படை பின்வருமாறு:

நிலத்தை சொந்தமாக்கி பயிர் செய்ய, தொடர்ந்து பயன்படுத்தி வர சட்டத்தின் கீழ் உரிமை கோருவதற்கான வன நிலங்கள் பின்வரும் பிரிவுகளின்கீழ் வருகின்றன. இச்சட்டத்தின்கீழ் கைவசமுள்ள நிலத்தின் மீதான உரிமையைக் கோருவதற்குப் பலவழிகள் உள்ளன. கைவசமுள்ள நிலம் என்பது பயிர்செய்வதோடு நின்றுவிடுவதல்ல. நாம் நிலத்தின் உரிமையைக் கோருவதால் மேய்ச்சலுக்குப் பயன்படுத்தப்படும் நிலங்களும் மறுவேளாண்மைச் சுழற்சிக்குப் பயன்படுத்தப்படும் உரிமை கோரப்படாத நிலங்களும் உள்ளடங்கும்.

1. நேரடியாக உரிமை கோரப்படும் கைவசமுள்ள நிலம் (பிரிவு 3(a))

விண்ணப்பதாரர் டிசம்பர் 13, 2005-ற்கு முன்பாக தனியாகவோ பிறருடன் இணைந்து பொதுவாகவோ நிலத்தைக் கையகப் படுத்தியிருந்தால் அதிகபட்சம் 4 ஹெக்டேர்கள் (10 ஏக்கர்கள்) வரை உரிமை கோரலாம். இவ்வுரிமைக்கு மட்டுமே அதிகபட்ச வரம்பு 4 ஹெக்டேர்களாகும். சமுதாயங்களால் பயன்படுத்தப்படும் நிலங்களுக்கு பொதுவாக கையகப்படுத்தி பயிர் செய்யும் உரிமை உண்டு. தங்கள் உரிமையை வெற்றிகரமாக நிரூபிக்கும் மக்களுக்கு தனி நபர் அல்லது பொதுவான பட்டா இவ்வகை நிலங்களுக்கு வழங்கப்படும்.

இப்பிரிவின் கீழ் வரும் நிலங்கள் சுய பயிர்த் தொழில் அல்லது குடியிருப்புக்காக மட்டுமே விண்ணப்பதாரரால் உரிமை கோரப்பட முடியும்.

2. தலைப்புகள் இடமாற்றம் , குத்தகைகள் , மானியங்கள் பிரிவு 3 (f)

விண்ணப்பதாரருக்கு வனத்துறையால் அங்கீகரிக்கப்படாத ஏதேனும் நிலம், உள்ளூர் அதிகாரி அல்லது மாநில அரசால் வழங்கப்பட்ட பட்டா, குத்தகை அல்லது மானியம் ஏற்கெனவே இருப்பின் அவரிடம் இருக்கும் ஆவணங்கள், சச்சரவுக்கு உட்படாத சட்டபூர்வமான தலைப்புக்கு மாற்றப்படுவதற்கான உரிமை உண்டு. இப்பிரிவின் கீழ் கோரப்படும் உரிமைகள் சார்ந்த பகுதி ஏற்கெனவே இருக்கும் பட்டா, குத்தகை அல்லது மானியத்தின் அடிப்படையிலேயே இருக்க வேண்டும். இதற்கு உச்ச வரம்போ குறைந்தபட்ச வரம்போ இல்லை. இப்பிரிவின் கீழ் உரிமை கோரப்படும் சில வகை நிலங்கள் பின்வருவனவற்றை உள்ளடக்கியவை:

- வருவாய்த் துறை மற்றும் வனத்துறை உரிமை கோரும் பட்டா நிலங்கள்.
- மத்தியப்பிரதேசம் மற்றும் சட்டீஸ்கர் மாநிலங்களின் 'ஆரஞ்சு பகுதிகளில்' வழங்கப்பட்ட பட்டாக்கள்.
- அரசால் வழங்கப்பட்ட காலங்கடந்து விட்ட குத்தகை நிலங்கள்; விண்ணப்பதாரர் தொடர்ந்து தொழிலை மேற்கொண்டிருக்கும் நிலங்களாக இருக்க வேண்டும்.
- மஹாராஷ்டிர மாநிலத்தின் 'ஏக்சாலி' மற்றும் 'தலி' குத்தகைகள்.
- வேளாண் வன நிர்வாகம், வேளாண் வளர்ப்பு மற்றும் வனத்தீ தொடர்பாகக் கொடுக்கப்பட்ட குத்தகை நிலங்கள்.
- மஹாராஷ்டிர தனியார் காடுகள் சட்டம் போன்ற முறையான சட்ட நடைமுறைகள் பின்பற்றப்படாமலேயே நிராகரிக்கப்பட்ட பட்டா நிலங்கள் (முறையான அறிவிப்புச் செய்யப்படாமல், ஒரு நபருக்கு அம்முடிவின் மீது மேல்முறையீடு செய்யும் வாய்ப்பு தரப்படாமல் இருப்பது போன்றவை முறையற்றவை)
- ஜமீன்தாரர்கள் அல்லது சிற்றரசுகளால் வழங்கப்பட்ட பிற பட்டாக்கள், தலைப்பு மற்றும் குத்தகைகள்.

3. சச்சரவுக்குட்பட்ட நிலங்கள் (பிரிவு 3(க))

இந்திய வனச்சட்டம் 1927-ன் கீழ் ஏதேனும் நிலம் ஒதுக்கப்பட்ட அல்லது பாதுகாக்கப்பட்ட வனப்பகுதியாக அறிவிக்கப்பட

வேண்டுமானால், முதலில் 'தீர்வை நடைமுறைகள்' பின்பற்றப்பட்டிருக்க வேண்டும். இதற்கு குறிப்பிட்ட நிலப் பகுதியில் வாழும் அல்லது அதனைச் சார்ந்திருக்கும் அனைத்து மக்களுக்கும் தீர்வு அலுவலர் மூலமாக முறையாக அறிவிப்புச் செய்யப்பட வேண்டும். இம்மக்களுக்கு அவர்களது மறுப்பைத் தாக்கல் செய்யவோ, உரிமைகளைக் கோரவோ குறிப்பிட்ட கால அவகாசம் தரப்பட்டு இவ்வகையான உரிமை முறையீடுகள் தீர்வு அலுவலரால் விசாரிக்கப்பட வேண்டும். மேற்கண்ட நடைமுறைகள் எதுவும் மேற்கொள்ளப்படாத போது, வனத்தீர்வு முறையற்றதாகும். வனத்துறைக்கும் மக்களுக்கும் இடையே நிலத்தின் மீதான சச்சரவு, பிரச்சினைத்தன்மையுடைய உரிமை கோருதல்களுக்கு வழி வகுக்கும். இது போன்ற சூழல்களில் மேற்குறிப்பிட்ட சச்சரவுக்குள்ளான நிலங்களின் மீதான வழமையான உரிமைகளுக்காக ஒரு நபர் முறையிடலாம். இதன்படி பின்வரும் நிலங்களுக்காக உரிமை கோரலாம்.

- நிகர் நிலைக் காப்புக்காடுகள் அல்லது பாதுகாக்கப்பட்ட காடுகளாக இருக்கும் நிலங்கள் (மத்தியப் பிரதேசம், ஒரிசா, சட்டீஸ்கர் மற்றும் வேறு எங்கும் இருப்பின்)
- காப்புக்காடாக அறிவிக்கும் முறையான இறுதி அறிவிப்பு வெளியிடப்படாத வன நிலங்கள். இந்திய வனச் சட்டத்தின் கீழ் ஒரு குறிப்பிட்ட பகுதி காப்பு வனமாக குறிப்பிடப்படுமுன் இரண்டு அறிவிப்புகள் வெளியிடப்பட வேண்டும். இவற்றுள் ஒன்று பிரிவு 4ன் கீழ் அரசின் நோக்கத்தை அறிவிப்பதாகும். மற்றொன்று பிரிவு 20ன்கீழ் உரிமை கோருதல்கள் முழுமையாகத் தீர்க்கப்பட்டிருப்பதைக் குறிப்பதோடு இறுதியாக காப்புக்காடு என அறிவிக்கப் படுவதாகும். இரண்டாவது அறிவிப்பு வெளியிடப்படாத வரை தீர்வு முறையற்றதாகும்.

இச்சட்டத்தின் ஏதேனும் ஒரு பகுதியின் கீழ் ஏதேனும் நிலம் தனி நபர் அல்லது சமூகத்தால் உரிமை கோரப்படுகையில் டிசம்பர் 13, 2005 (பிரிவு 4(3)) ல் இருந்து கைவசம் வேளாண்மை செய்யும் உடமையாகவும் இருக்க வேண்டும்.

இச்சட்டத்தின் கீழ் பெறப்படும் பட்டாக்கள் விற்கப்படவோ வேறு நபருக்கு மாற்றம் செய்யப்படவோ கூடாதவை; உரிமையாளரின் குழந்தைகள் அல்லது வாரிசுகளுக்கு மட்டுமே பயன்படுத்தும் உரிமை உண்டு.

நிலத்தின் மீதான உரிமையை எவ்வாறு கோருவது?

நிலத்தின் மீதான உரிமை கோருவதில் நிரூபிக்கப்பட வேண்டியவை.

1) உரிமை கோருபவர் நிலத்தின் நேரடி உரிமையாளராக இருக்க வேண்டும் (பிறர் வாயிலாக அல்ல) என்பதோடு நிலத்தை தாமாகவே பயிர்செய்து பயன்படுத்துபவராக இருக்க வேண்டும்.
2) மேற்படி நிலம் டிசம்பர் 13, 2005ற்கு முன்பிருந்தே வேளாண் நடவடிக்கைகள் மேற்கொள்ளப்பட்டதாக இருக்க வேண்டும். இவை மேற்கொள்ளப்படுவதற்கான சில வழிகள்.
3) சிற்றூரின் முதியோர்களிடமிருந்து வாக்கு மூலங்களாகப் பெறப்பட்டு எழுதி கையொப்பமிடப்பட்ட உறுதிமொழி.
4) புகைப்படங்கள் மற்றும் வரை படம், இன்ன பிற. (உரிமை கோரப்படும் நிலத்தின் புறக்கட்டமைப்பு சுடுகாட்டுக் கற்கள், கிணறுகள், தடுப்பணைகள் உள்ளிட்டவற்றைக் காட்டுவதாக இருக்க வேண்டும்.)
5) நிலத்தைக் குறிக்கும் முந்தைய ஆவணங்கள் ஏதேனும், குறிப்பாக பட்டாக்கள், குத்தகை, மானியம், வீட்டு வாடகை ரசீதுகள் இன்ன பிற அல்லது வெளியிடப்பட்ட அரசிதழ் போன்ற ஆவணங்கள்.

வன உரிமைகள் குழு இதன்பின் குறிப்பிட்ட இடத்திற்கு நேரடியாகச் சென்று உரிமை கோரும் நபர் வசமே நிலம் உள்ளதா என்பதை ஆய்வு செய்ய வேண்டும். (கீழே பார்க்கவும்)

சிறு வன உற்பத்தி பிரிவு 3(b) 3(c)

இச்சட்டத்தின் கீழ் சிறு வன விளை பொருட்களின் மீது வனங்களில் வாழ்வோர் உரிமை கோரலாம். உற்பத்திப் பொருட்கள், "மூங்கில், சிறுகிளைகள், பிரம்பு, மரப்பட்டைகள், கட்டைகள், சுள்ளிக்குச்சிகள், பட்டுப் பூச்சிக் கூடுகள், தேன், மெழுகு, கோந்து, அல்லது இலைகள், மருத்துவத் தாவரங்கள் மற்றும் மூலிகைகள், வேர்கள், வேர்த்தண்டுகள்" இன்ன பிற பிரிவு 2(*i*)]. சிறிய அளவிலான வன விளைப்பொருட்களின் மீதான உரிமை மேற்குறிப்பிட்ட பொருட்களைக் குறிப்பதோடு சிற்றூர் எல்லைகளுக்குட்பட்டோ வெளியேயோ "பாரம்பரியமாக சேகரிக்கப்பட்டு வருபவை" பிரிவு 3(1) (*i*)] மீன் மற்றும் இதர

நீர் ஆதார உற்பத்திப் பொருட்கள் தனிப்பட்ட உரிமையாக பிரிவு 3(1)(a)] இன் கீழ் கூறப்பட்டுள்ளன.

மேற்குறிப்பிட்ட உரிமைகள் பொதுவாக முழு சமூகத்தால் அல்லது சமூகத்துக்கு உட்பட்ட துணைக் குழுவால் கோரப்படலாம். உரிமை கோருவது சமூகமாக இருக்கும் பட்சத்தில் விதி ii (4) இன்படி வன உரிமைக் குழுவே உரிமைப் பரிசீலனைக்காக விண்ணப்பம் செய்து கிராம சபையால் தீர்மானம் நிறைவேற்றப் பட வேண்டும். கிராமசபைக் கூட்டமொன்றில் குழுவே இவ்விண்ணப்பத்தை வெளிக்கொணர வேண்டும். நிறைவேற்றப்படும் தீர்மானத்தில் சேகரிக்கப்படும் சிறு வன விளைப்பொருட்களும் அவை சேகரிக்கப்படும் வனப்பகுதிகளும் பட்டியலிடப்படவேண்டும்.

இவ்வுரிமை பின் வருவனவற்றை உள்ளடக்கியது பிரிவு 3(1)(c)]

a) சிறு வன விளைப்பொருட்களின் உடைமை.
b) வன விளைப்பொருட்களைச் சேகரித்தல்
c) வன விளைப்பொருட்களைப் பயன்படுத்துதல்
d) வன விளைப்பொருட்களை விற்பனைக்காக எடுத்துச் செல்லுதல்

(போக்குவரத்தில் சில நிபந்தனைகளுடன்) கீழே பார்க்கவும் இறுதியாக சிறு விளைப்பொருட்கள் சிற்றூர் எல்லைகளுக்குட் பட்டோ வெளியிலோ பாரம்பரியமாக அவை சேகரிக்கப்பட்டு வரும் எந்தவொரு வனப்பகுதியிலிருந்தும் சேகரிக்கப்படலாம். பிரிவு 3(1) (c)] எளிய வன விளை பொருட்களைச் சேகரித்தல் பாரம்பரிய மன்னர்கள் அனுபவிக்கக் கொடுத்த உரிமைகளின் ஒரு பகுதியாக இருப்பதோடு பழங்குடிச் சமூகம் இதனை பாரம்பரிய உரிமையாகக் கோரி பிரிவு 3(1) (b)]ன் கீழ் அதனைப் பதிவு செய்யமுடியும். இதன்படி சிற்றரசுகள் அல்லது ஜமீன்தாரர்களின் கீழ் பதிவு செய்யப்பட்ட உரிமைகளை உள்ளடக்குகிறது. எனினும் பல பகுதிகளில் தற்போதைய அரசுகள் ஏற்பட்ட பிறகு இவ்வுரிமைகள் மறுக்கப்பட்டதாகப் பார்க்கப்படுகின்றன.

சிறு வன விளைப்பொருட்களின் எடுத்துச் செல்வதற்கான போக்குவரத்து குறித்து :

விதிகளின்படி சிறு வன விளைப்பொருட்களை தலைச் சுமையாகவோ கைவண்டி அல்லது மிதிவண்டி மூலமாகவோ

(போக்குவரத்து) கொண்டு செல்லலாம் வனப்பகுதிகளுக்குள் மோட்டார் வாகனப் போக்குவரத்துக்கு அனுமதியில்லை.

சிறு வன உற்பத்திப் பொருட்களுக்கு உரிமைகளைக் கோருவதற்கான சான்று :

1. சமூகத்திலுள்ள வயது முதிர்ந்தோரின் வாக்குமூலம், எழுத்து வடிவில்.
2. மன்னர்கள் கொடுத்த ஆவணங்கள், பத்திரங்கள், வனத்தீர்வுப் பதிவுகள், வனங்களில் பணிபுரியும் திட்டங்கள், அரசிதழ்கள் போன்ற சிறு வன உற்பத்திப் பொருள் சேகரித்து வந்திருப் பதற்கான முந்தைய பதிவுகள் இன்ன பிற.
3. போக்குவரத்து மற்றும் சேகரிப்புக்கான அனுமதிச் சீட்டுகள், பதிவு அட்டைகள் இன்ன பிற (வனத்துறை அல்லது இதர அரசு அமைப்புகளால் வழங்கப்பட்டவை)
4. Lm Society Trifed மற்றும் மலைவாழ் மக்கள் கூட்டுறவு நிறுவனம் போன்ற (வன விளைப்பொருட்கள் சேகரிப்புக்காக) பதிவு செய்யப்பட்ட அமைப்புக்களால் ஒருங்கிணைக்கப் பட்ட சேகரிப்பு.

உரிமை கோரப்படுகையில் இவையனைத்தும் கிராம சபைத் தீர்மானத்தில் இணைக்கப்பட வேண்டும்.

மேய்ச்சல், நீர் ஆதாரம் மற்றும் ஏனைய சமூக உரிமைகள் (பிரிவு 3(1)(d))]

[பிரிவு 3(1) (d)]-யின்படி வனங்களில் வாழ்வோர் மற்றும் வனங்களில் வாழும் பழங்குடி மக்களுக்கு தங்கள் கால்நடைகளை மேய்ச்சலுக்கு விடும் உரிமை உண்டு. மேய்ச்சல் சார்ந்த சமூகங்கள் (குடியேறியோர் மற்றும் நாடோடிகள்) பிரிவு [3(1)(d)]-யின்படி பருவகால அடிப்படையில் மேற்குறிப்பிட்ட நடைமுறைகளுக்காக வன நிலங்களில் உரிமை பெற்றவர்கள். இவ்வுரிமைகளுக்காக தனி நபர்கள் அல்லது தொடர்புடைய சமூக பாரம்பரிய அமைப்புகள் மூலமாக மனு தாக்கல் செய்யப்பட்டு, சமூகப்பிரதிநிதிகள் வருகை தந்திருக்கும் போது கிராம சபையால் ஆய்வு செய்யப்பட வேண்டும்.

பருவகால அடிப்படையிலான வன நில உரிமைகளைப் பெறும் விஷயத்தில் சமூகம் மற்றும் அதன் ஒவ்வொரு உறுப்பினருக்கும் உரிமை உண்டு. உரிமை கோரும் மனு ஒரு சிற்றூரால் போடப்படும்போது, வன உரிமைகளுக்கான குழுவே விண்ணப்பத்தைத் தயாரித்து முடிந்தவரை கிராமசபைக் கூட்டத்துக்கு

முன்பாக தாக்கல் செய்ய வேண்டும். மேய்ச்சல் சார்ந்த, நாடோடி சமூகங்கள் அல்லது சிற்றூரின் ஒரு பகுதியினர் உரிமை கோருவதாக இருந்தால் விண்ணப்பத்தில் அனைத்து உறுப்பினர்கள் அல்லது ஒரு பிரதிநிதி அமைப்பிடம் இருந்து கையெழுத்து பெறப்பட வேண்டும்.

மேய்ச்சல் தொழில் , நீர் ஆதாரங்கள்,
பிற சமூக உரிமைகளைக் கோருவதற்கான சான்றுகள்

1. சமூகத்திலுள்ள வயது முதிர்ந்தோரின் வாக்குமூலம் எழுத்து வடிவில்.
2. மன்னர்கள், ஜமீன்தார்கள் கொடுத்த ஆவணங்கள், பத்திரங்கள், வனப்பதிவுகள், வருவாய்த் துறை ஆவணங்கள் போன்ற முந்தைய பதிவுகள்.
3. போக்குவரத்து மற்றும் சேகரிப்புக்கான அனுமதிச் சீட்டுகள், பதிவு அட்டைகள் இன்ன பிற (வனத்துறை அல்லது இதர அமைப்புகளால் வழங்கப்பட்டவை.)

இவ்வுரிமை கோரப்படும் போது கிராம சபைத் தீர்மானத்துடன் மேற்கண்ட சான்றுகள் சேர்க்கப்பட வேண்டும்.

“சூழல்” [பிரிவு 3 (1) (e)]

(முன் வேளாண் ஆதி பழங்குடிக் குழுக்களுக்கு மட்டுமே பொருந்தும்)

சட்டப்பிரிவு [3(1)(e)] யின் கீழ் ஆதி பழங்குடியினக் குழுக்கள் (ஜிலாங், செஞ்சு மற்றும் பைகா) மற்றும் முன் வேளாண்குழுக்கள் (இடம் மாறும் பயிர்த்தொழில் புரிவோர் மற்றும் வேட்டைத்தொழில் புரிவோர் சேகரிப்பாளர்கள்) ஆகியோருக்கு ‘சூழல்’ மற்றும் ‘வாழிட’ உரிமை கோர முடியும்.

இவ்வுரிமை சமூக உரிமையாக இருப்பதால், இதற்கான விண்ணப்பம் வன உரிமைகள் குழு (உரிமை கோருவது சிற்றூராக இருப்பின்) அல்லது ஒரு பிரதிநிதி அமைப்பு, தொடர்புடைய வேளாண் சமூகத்தால் தயாரிக்கப்படவேண்டும். அத்துடன் இவ்விண்ணப்பம் சமூகத்தின் வாழிடமாகக் கோரப்படும் பகுதியின் வரைபடத்தை உள்ளடக்கியதாக இருக்க வேண்டும்.

இதன் பொருள் என்ன?

இங்கே கூறப்பட்டுள்ள சூழல் வாழிடம் என்பது குறிப்பிட்ட சமூகங்கள் காலங்காலமாக வாழ்ந்து வந்துள்ள பகுதியைக் (அவை

காப்பு, பாதுகாக்கப்பட்ட காடுகளுக்கு உட்பட்டு இருந்தாலும்) குறிக்கும். [(பிரிவு 2(i))]

சட்டத்திலோ விதிகளிலோ விளக்கப்படாத போதும் சூழல் மற்றும் வாழிடம் தொடர்பான சமூக ஒப்பந்தம் பின்வருமாறு:

- தமது மரபு சார் வழக்கங்களையொட்டி இவ்வனப் பகுதிகளில் வசிக்கும் சமூக உரிமை.
- இவ்வனங்கள் அழிக்கப்படுவதைத் தடுக்கும் உரிமை (வனங்கள் அழிக்கப்பட்டால் இச்சமூகங்களின் இயற்கை யான சூழல் பாதிக்கப்படுவதால்)
- பழங்குடி மக்களின் சூழலை ஒருங்கே அமைக்கும் சமூகப் பண்பாட்டு, மதம் மற்றும் வாழ்வியல் சார் சமூக நடவடிக்கைகளை இவ்வனப் பகுதிகளில் தொடரும் உரிமை.

இவ்வுரிமை நமக்கு எவ்வளவு முக்கியம் என்பதை உணர்ந்து நாம் போராடினால் மட்டுமே இதனை நடைமுறைப்படுத்த முடியும்.

சூழல் உரிமையைக் கோருவதற்கான சான்றுகள்

சமூகத்தின் ஆதாரமான சூழலை நிறுவுவதாக ஆவணங்கள் இருக்க வேண்டும். பின்வருவன சாத்தியமானவை.

1. அட்டவணைக்குட்பட்ட பழங்குடியினராக இருப்பின் அவர்கள் அட்டவணைக் குட்படுத்தப்பட்ட காலத்தின் ஆவணங்கள்.
2. சமூகம் குறித்த ஆய்வுகள் மற்றும் அரசின் அறிக்கைகள்.
3. சமூகத்தின் வயது முதிர்ந்தோரிடமிருந்து பெறப்பட்ட வாக்குமூலம் பதிவு செய்யப்பட்டு எழுத்து வடிவில்.

பதிவு செய்யப்படாத குடியேற்றங்கள் மற்றும் வன கிராமங்களை வருவாய் கிராமங்களாக மாற்றுதல்

பிரிவு 3(1)(h)-ன்படி எந்த ஒரு பதிவு செய்யப்படாத குடியேற்றமோ அல்லது வன நிலத்திலுள்ள வன கிராமமோ வருவாய் கிராமமாக மாற்றப்படுவதற்கான உரிமை உள்ளது. இது ஒரு சமூக உரிமையாதலின் வன உரிமைகளுக்கான குழு, கிராம சபைக் கூட்டத்தின் போது இதற்கான விண்ணப்பத்தைத் தயாரிக்க வேண்டும். ‘இக்கிராமம் வருவாய் கிராமமாக மாற்றப்பட்டாக வேண்டும்’ என்பதைக் குறிப்பிட்டு, கிராம சபை தீர்மானம் ஒன்றை நிறைவேற்ற வேண்டும்.

பதிவு செய்யப்படாத குடியேற்றம், கிராமத்தை மாற்றியமைக்கக் கோருவதற்கான சான்றுகள்

வனத்துறையால் உருவாக்கப்பட்ட சில வன கிராமங்கள் அத்துறையின் ஆவணங்களில் பதிவு செய்யப்பட்டுள்ளன. (பணித் திட்டங்கள் இன்ன பிற) இது போன்ற ஆவணங்கள் சான்றுகளாகும்.

எல்லா உரிமை கோருதல் விண்ணப்பங்களிலும் சிற்றூரின் முழுமையான வரைபடம் (குடியிருப்புப் பகுதிகள் உள்ளடக்கப்பட்டு) சமூக வசதிகள், பயிர் செய்யப்பட்ட மற்றும் பொதுவான நிலங்கள் இன்ன பிற சமர்ப்பிக்கப்பட வேண்டும். அல்லது தனியார் பயிர்த் தொழில் நிலத்துக்குட்பட்டு வனத்துறை அப்பகுதியைக் கட்டுப்படுத்தி வேறு நிலத்தைத் தராமல் இருக்க முயல வேண்டும்.

இது ஒரு முழு கிராமத்தின் உரிமையாகும். சட்டத்தின்படி சில உறுப்பினர்கள் தகுதியற்றவர்கள். ஆனாலும் கிராமம் முழுமையாக மாற்றப்பட உரிமை உண்டு. மேலும் வருவாய் கிராமமாக மாற்றப்படுவதற்கான நடைமுறைகள் தெளிவாக இல்லாததால், பள்ளிக்கூடங்கள் மற்றும் வீடுகளும் வருவாய் நிலமாக மாற்றப்பட வாய்ப்புள்ளதால் இது குறித்து கிராமம் எச்சரிக்கை மேற்கொள்ள வேண்டியது அவசியம். மாநில அரசு (வருவாய் கிராமமாக மாற்றுவதற்கான) வருவாய்த் துறையின் அடிப்படை விதிகளைப் பயன்படுத்த வேண்டும்.

சட்டத்திற்குப் புறம்பான வெளியேற்றம், வலுக்கட்டாயமான இடப் பெயர்ச்சியின் போது மறுகுடியேற்றத்துக்கான (மீட்டுருவாக்கம்) உரிமை [(பிரிவு 3(1)(m)] மற்றும் 4(8).

சட்டப்பிரிவு [3(1)(m)] மற்றும் 4(8) ஆகியவற்றின் படி மறு குடியேற்றத்திற்கும் சட்டத்திற்குப் புறம்பான நில வெளியேற்றம் அல்லது வலுக்கட்டாயமான இடப் பெயர்ச்சி ஆகியவற்றின் போது மாற்று நிலம் பெறுவதற்கும் உரிமைகள் உண்டு.

நீங்கள் வெளியேற்றப்பட்டால் ....

- முதலில் உங்கள் மனு நீங்கள் சட்டத்திற்குப் புறம்பாக வெளியேற்றப்பட்டுள்ளதை காட்டுவதாக இருக்க வேண்டும். வெளியேற்றத்திற்கு முன்னதாக தங்களுக்கு அறிவிப்புச் செய்யப்படவில்லையென்றாலோ தங்கள் பகுதியில் வனக் குடியேற்றம் முழுமை பெறவில்லை என்றாலோ

குடியேற்றத்தில் தவறு நேர்ந்திருந்தாலோ வெளியேற்றம் சட்டத்திற்குப் புறம்பானதாகும்.

- இரண்டாவதாக தங்களுக்கு எவ்விதமான மறு குடியேற்றமோ இழப்பீடோ ஏற்படுத்தப்படவில்லை என்பதை உங்கள் மனு காட்ட வேண்டும். இவ்வாறு மனுவில் தெரிவிக்கப்பட்ட பின் தங்களுக்கு இழப்பீடு வழங்கப் பட்டுள்ளதா என்பதை உறுதி செய்வது வனத்துறையின் பொறுப்பாகும்.

நீங்கள் இடம் பெயர நேர்ந்தால் ....

- மறு குடியேற்ற நிலத்தைப் பெற உங்களுக்கு உரிமை உண்டு. அதே சமயம் தங்களிடமிருந்து பறிக்கப்பட்ட நிலம் அதனை அடைந்த முதல் ஐந்து வருடங்களில் அதன் நோக்கத்திற்காகப் பயன்படுத்தப்படாமல் இருந்தாலோ வலுக்கட்டாய இடப் பெயர்ச்சியின்போது தங்களுக்கு வேறு நிலம் வழங்கப்படாத நிலையிலோ மட்டுமே இவ்வுரிமை செல்லுபடியாகும்.

இவ்வகையான மறு குடியேற்றம், இழப்பீடு வழங்கப்பட வேண்டிய முறை குறித்து வன உரிமைகளின் விதிகளில் தெளிவாக எதுவும் கூறப்படவில்லை என்றாலும் குறைந்தபட்சம் தாங்கள் வெளியேற்றத்திற்கு, இடப்பெயர்ச்சிக்கு ஆளாகி அதன் பிறகு வாழ்வியல் தேவைகளுக்காக வன நிலத்தைக் கையகப்படுத்திக் கொண்டால் தங்களை அந்நிலத்திலிருந்து வெளியேற்ற முடியாது. ஏனெனில் சட்டப் [பிரிவு 3(1)(M)] இன் படி மறு குடியேற்றத்திற்கான உரிமையும் சட்டப் பிரிவு 4(8)இன் கீழ் நிலத்திற்கான இழப்பீட்டு உரிமையும் தங்களுக்கு உண்டு.

மறு குடியேற்றம் குறித்த தெளிவின்மை காணப்பட்டாலும் மேற்குறித்த உரிமைகளுக்கான மனு தாக்கல் செய்வது முக்கியமான தாகிறது. இம்மனு ஏற்கப்பட்டால் அடுத்தபடியாக மறுகுடியேற்றத் திற்காக நாம் போராட முடியும்.

இவ்வுரிமைக்கான சான்றுகள் :-

1. தாங்கள் நில வெளியேற்றம் செய்யப்பட்டதை அல்லது இடம் பெயரச் செய்யப்பட்டதை நிறுவுவதே தேவையானதும் முதன்மையானதுமான சான்றாகும். நிலத்தை ஏற்கெனவே உடைமையாகக் கொண்டிருந்ததை நிறுவும் வயது முதிர்ந்

தோரின் வாக்குமூலங்கள், கிராம சபையின் தீர்மானம் மற்றும் வேறு ஏதேனும் ஆவணங்கள் மூலம் இதனைச் செய்ய முடியும்.

2. நில வெளியேற்றம் சட்டத்திற்குப் புறம்பானது என்பதற்கான சான்று, குறிப்பிட்ட பகுதியில் ஒரு தவறான வனக் குடியேற்றம், வனப்பகுதியில் இறுதி அறிவிப்பு செய்யப்படாமை ஆகியவை போதுமான சான்றுகளாகும். சான்றுகளால் தங்கள் வெளியேற்றம் முறையாக செய்யப்பட்டது என்பதனை நிரூபிக்கும் பொறுப்பு வனத்துறையைச் சேர்ந்ததாகும் என்பதைக் குறித்துக் கொள்ளவும், பொறுப்பு வனத் துறையைச் சார்ந்ததாவதால் தாங்கள் வெளியேற்றப்பட்டது சட்டத்திற்குப் புறம்பானது என்பதற்கான சான்றுகள் தங்களிடம் இல்லையெனில் கவலைப்பட வேண்டியதில்லை.

3. தங்களுக்கு இழப்பீடு எதுவும் வழங்கப்படவில்லை என்பதற்கான சான்று, மீண்டும் சான்றுகள் தொடர்பான தலைவலி அரசைச் சேர்ந்ததாகும். எனவே, தங்களிடம் சான்றுகள் இல்லையெனில் கவலைப்படத் தேவையில்லை.

பிற பாரம்பரிய உரிமைகள் பிரிவு

சட்டப்பிரிவு 3(a)(l) இன்படி வேறு ஏதேனும் பாரம்பரிய உரிமைகள் இருப்பின் (வேட்டையாடுதல் தவிர) வனங்களில் வாழும் சமூகங்கள் அவற்றைக் கோரமுடியும். இப்பிரிவின்படி கோரக் கூடிய உரிமைகள் பின்வருமாறு :-

- தனி அல்லது கூட்டுப் பயிர் விதைப்பை இடம் மாற்றிக் கொள்ளுதல்.
- எல்லையின் மீதான தனி நபர் அல்லது சமூகத்தின் வழமையான உரிமை கோருதல்.
- வழிபாட்டிடங்கள், இடுகாடுகள் ஆகியவற்றைப் பயன் படுத்தும் உரிமை.
- வீடு கட்டுவதற்கான மரம் சேகரிப்பு அல்லது சிறு அளவிலான வன விளைப்பொருட்களின் கீழ் வராத இதர உற்பத்திப் பொருட்கள் இன்ன பிற.

இவ்வுரிமையை எவ்வாறு கோருவது?

பாரம்பரியமான உரிமையைக் கோரும் ஒவ்வொரு மனுவும் குறிப்பானதாகவும் முடிந்த வரையில் விவரமானதாகவும் இருக்க வேண்டும். எடுத்துக்காட்டாக பயிர் விதைப்பை இடம் மாற்றும் உரிமையைக் கோரும்போது அந்த இடமாற்றம் எந்தப் பகுதிக்குள் நிகழ்கிறதோ அப்பகுதியின் எல்லைகள் மற்றும் காலச் சுழற்சி சமூகத்தால் குறிப்பிடப்பட வேண்டும்.

சான்றுகள் பின்வருமாறு:

- உரிமை கோரப்படுவதற்கான பாரம்பரிய நடைமுறைகளைக் காட்டும் அரசு அறிக்கைகள் அல்லது ஆய்வுகள்.
- சமூக உடைமைகள் அல்லது மத வழக்கங்களுக்கான பதிவுகள்.
- சிற்றூர் அல்லது அண்மையிலுள்ள சிற்றூர்களிலிருந்து பெறப்பட்ட வயது முதிர்ந்தோர் வாக்குமூலங்கள்.

நான்காம் படி

வன உரிமைக்குழு உரிமையை சோதித்தறிதல்

ஒவ்வொரு கிராம சபையும் பத்து முதல் பதினைந்து வரையிலான நபர்கள் வன உரிமைகள் குழுவுக்காக தேர்வு செய்ய வேண்டும்.

இக்குழுவின் கடமைகள் பின்வருமாறு :-

1) மக்களிடமிருந்து உரிமை கோரும் மனுக்களைப் பெறுதல். இவ்வாறு பெறப்படும் மனுக்களுக்கு குழு தனது எழுத்து வடிவிலான அங்கீகாரத்தைத் தர வேண்டும்.

2) இக்குழு தானாகவே சிறிய அளவிலான வன விளைப் பொருட்கள் மேய்ச்சல் நிலங்களைப் பெறுதல், சமூக வன வளங்கள் உள்ளிட்டவற்றின் மீதான சமூகத்தின் ஒட்டு மொத்தமான உரிமையைப் பரிசீலிக்க வேண்டும். இவற்றுக்காக விண்ணப்பம் தயாரிப்பது வன உரிமைகள் குழுவின் பொறுப்பாகும். ஏதேனும் திருத்தங்கள் தேவைப்பட்டால் கிராம சபையால் சரிசெய்யப்பட்டு இவ்விண்ணப்பம் தீர்மானமாக நிறைவேற்றப்பட வேண்டும்.

3) ஒவ்வொரு மனுவுடனும் அவ்வுரிமையைக் கோரும் நபர் தான் சமர்ப்பிக்க வேண்டிய சான்றுகளை இணைப்பார். இவ்வாறு சமர்ப்பிக்கப்படக் கூடிய சான்றுகள் பலதரப்பட்டவை.

4) உரிமை கோரப்படும் இடத்திற்கு (எடுத்துக்காட்டாக உரிமை கோரப்படும் துண்டு நிலம்) வன உரிமைகள் குழு வருகை தர வேண்டும். வருகைக்கு முன்னதாக குழுவே மனுதாரருக்கும் வனத்துறைக்கும் தெரிவிக்க வேண்டும்.

5) உரிமை கோருபவரிடமிருந்து கூடுதல் சான்றுகளையோ வேறு சாட்சியங்களையோ குழு பெற்றுக் கொள்ளலாம்.

6) அரசு அதிகாரிகளிடமிருந்து கூடுதல் உதவிக்காக வன உரிமைகள் குழு கோரலாம். அவர்கள் உதவிகளைச் செய்வதற்குக் கடமைப்பட்டவர்கள். குழுவிடமிருந்து எழுத்து மூலமாக ஏதேனும் வேண்டுகோள் கிடைக்கப் பெற்றால் அரசு உரிய ஆவணங்களை அளிப்பதோடு குழு உறுப்பினர்களுக்கு அவற்றுக்கான விளக்கத்தையும் தரவேண்டும். மேலும் குழுவிடமிருந்து கோரிக்கை விடப்படாத போதும் துணை வட்டார அளவிலான குழுவும் குறிப்பிட்ட பகுதியின் வன வருவாய் வரைபடங்கள் மற்றும் வாக்காளர் பட்டியலைத் தரவேண்டும்.

7) இதன் பின் கோரப்படும் உரிமை முறையானதா இல்லையா என்பதை குழு முடிவு செய்யும். முந்தைய பிரிவின் கீழ் தரப்பட்டுள்ள ஏதேனும் நிபந்தனைகள் மீறப்பட்டிருந்தால் அம்மனுவை குழு ஏற்றுக் கொள்ளக்கூடாது. எடுத்துக் காட்டாக ஒரு நபர் உரிமை கோரும் நிலம் டிசம்பர் 13, 2005-ற்குப் பிறகு கையகப்படுத்தப்பட்டிருந்தால் அல்லது அந்த நிலம் அவன் அல்லது அவளுக்காகப் பயன்படுத்தப் படாமலோ, வேளாண்மை செய்யப்படாமலோ இருத்தல்.

8) வன உரிமைகள் குழு முறையானதாக முடிவு செய்யும் ஒவ்வொரு மனுவுக்கும் நிலக்குறிப்புகளோடு வரைபடம் ஒன்றை உருவாக்க வேண்டும்.

9) இவ்வுரிமைகளால் பாதிக்கப்படும் பருவ கால மற்றும் மேய்ச்சல் சார்ந்த சமூகப் பிரதிநிதிகளிடமிருந்து வன உரிமைகள் குழு உரிமைகளை முடிவு செய்ய வேண்டும்.

10) குழுவிடம் சமர்ப்பிக்கப்பட்ட மனுதாரர்களின் பட்டியல் தயாரிக்கப்பட்டு ஒவ்வொரு மனுவுக்கும் மேற்கொள்ளப் பட்ட முடிவு தெரிவிக்கப்படவேண்டும்.

11) இறுதியாக இப்பட்டியல் மற்றும் வரைபடங்கள் முழு கிராம சபையின் முன் அளிக்கப்படவேண்டும். கிராம சபை சம்மதித்தால் வன உரிமைகள் குழு இப்பட்டியல் மற்றும் வரை படங்களை முறைப்படுத்தும் தீர்மானத்தைத் தாக்கல் செய்யும். அவ்வாறு ஏற்கப்படாதபோது குழு தான் பொருந்து வதாகக் கருதும் மாற்றங்களைச் செய்து திருத்தப்பட்ட பட்டியல் மற்றும் வரைபடங்களைப் பரிந்துரைத்து தீர்மானம் நிறைவேற்றலாம்.

இந்நடைமுறைகளின் போது பஞ்சாயத்தின் செயலர் கிராம சபையின் செயலராகவும் செயல்படுவார். மிகச் சிறிய கிராம சபைகளாக இருப்பின் அச்சபைகளின் கூட்டங்களுக்கு செயலர் அழைக்கப்படுவார். [விதி *11(b)*]

இந்நடைமுறை தொடர்ந்து மேற்கொள்ளப் படலாம். குழு சில மனுக்களின் மீது முடிவெடுக்கும் முன் அனைத்து உரிமை கோருதல்களையும் கேட்க வேண்டியது அவசியமில்லை. மற்றொரு சிற்றூர் எல்லைக்குட்பட்ட அல்லது இரண்டுக்கும் மேற்பட்ட சிற்றூர்களால் பங்கிடப்பட்டு வரும் நில உரிமைகளை முடிவு செய்யும் போது தொடர்புடைய அனைத்து சிற்றூர்களின் வன உரிமைக் குழுக்கள் சந்தித்து ஒருமனதாக முடிவெடுக்க வேண்டும். இதற்கான ஒப்பந்தம் தொடர்புடைய கிராம சபைகளின் ஒத்திசைவுக்காக முன் வைக்கப்பட வேண்டும். ஒப்பந்தம் எதுவும் ஏற்படாத நிலையில் துணை வட்டார அளவிலான குழுவுக்கு பரிந்துரைக்கலாம்.

கிராம சபையின் முடிவில் மனுதாரர்களில் எவருக்காவது நிறைவு ஏற்படவில்லையெனில் அவன், அவள் துணை வட்டார அளவிலான குழுவில் முறையீடு செய்யலாம். [பிரிவு *6 (2)*] கீழே பார்க்கவும்.

ஐந்தாம் படி

முறையீடுகள் மற்றும் உயர்மட்டக் குழுக்கள் துணை வட்டார அளவிலான குழுக்கள்

துணை வட்டார அளவிலான குழு

பின்வரும் நபர்களைக் கொண்ட குழு நமது அடுத்தபடி யாகும் [(பிரிவு 6(8) விதி 5)]

1. *தலைவராகவும் இருக்கக் கூடிய துணைக் கோட்ட அலுவலர்.*
2. *துணைக் கோட்டம் ஒன்றின் பொறுப்பில் உள்ள வன அலுவலர்.*
3. *துணைக் கோட்ட அளவிலான பழங்குடி நல அலுவலர் அல்லது இத்துறையின் பொறுப்பிலுள்ள அலுவலர்.*
4. *வட்டாரம் வட்டப் பஞ்சாயத்தின், மாவட்டப் பஞ்சாயத்தால் முன் மொழியப்பட்ட பிரதிநிதி.*

மேற்கண்ட மூவரில் இருவர் அட்டவணைப் பழங் குடியினராகவும் (அட்டவணைப் பழங்குடியினர் இல்லாதபோது பிற பாரம்பரிய வன வாழ்வோர்) மற்றும் குறைந்தது ஒருவர் பெண்ணாக இருத்தல் வேண்டும்.

இக்குழு செய்ய வேண்டியது

- *பல்வேறு கிராம சபைகளின் தீர்மானங்களை தனது வரையறைக்குள் ஒன்றிணைந்து அரசு ஆவணங்களோடு அவற்றைச் சரி செய்தல்.*
- *கிராமசபை முடிவுகளுக்கெதிராகக் கொண்டு வரப்பட்ட முறையீடுகளைக் கேட்டல், வனத்துறை அல்லது அரசு அமைப்புகளும் கிராம சபையின் நிலைப்பாட்டை எதிர்க்கும்போது இக்குழுவிடம் முறையீடு செய்யலாம்.*
- *கிராம சபையின் தீர்மானங்களை ஆராய்ந்தறிதல் மற்றும் கிராம சபையின் முடிவுக்கெதிரான மக்கள் முறையீடுகளைக் கேட்டல். சட்டம் இதனை மட்டுமே சொல்கிறது. ஆனால் விதிகள் துணைக் கோட்ட அளவிலான குழு மனுக்களின் உண்மைத் தன்மையை பாசோதிப்பதற்கான ஒதுக்கீட்டைச் சேர்த்துக் கொள்கின்றன. இதன் பொருள் துணைக் கோட்ட அளவிலான குழு தானாகவே கிராமசபையின் முடிவுகளை நிராகரித்து மறு ஆய்வு செய்ய முடியும், செய்யும் என்பதாகும்.*

சுருங்கக் கூறின் இக்குழு மிக அண்மையில் கண்காணிக்கப்பட வேண்டும். துணைக் கோட்ட அளவிலான குழுவால் தயாரிக்கப்பட்ட உரிமைப் பதிவுகளின் நகல்கள் ஏதேனும் மாற்றத்துக்குரிய காரணங்களோடு ஒவ்வொரு சிற்றூரிலும் கிடைக்கப்பெறச் செய்யவேண்டும் என்பதை நாம் கோர வேண்டும்.

- இரு கிராம சபைகளுக்கிடையிலான சச்சரவுகளைத் தீர்த்து வைத்தல். சச்சரவு எழுகையில் கிராம சபை அதனைத் தீர்த்து வைக்குமாறு துணைக் கோட்ட அளவிலான குழுவிடம் கோரும் தீர்மானம் நிறைவேற்றலாம். அல்லது குழு தானாகவே செயல்படலாம். அவ்வாறு செயல்படுகையில் சச்சரவைத் தீர்த்துவைப்பதன் மூலம் இரண்டு கிராம சபைகளையும் அழைத்து கூட்டம் கூட்டப்பட வேண்டும். இத்தகு தீர்மானம் எட்டப்படவில்லையெனில் குழுவே சிக்கலைத் தீர்க்க வேண்டும்.
- உரிமை கோரப்படும் பகுதி துணைக்கோட்டத்துக்கு வெளியில் இருப்பின் தொடர்புடைய துணைக் கோட்ட அளவிலான குழுவை சிக்கலைத் தீர்த்து வைப்பதற்காக அணுக வேண்டும்.

இப்பணிகள் முழுமை பெற்ற பிறகு ஒவ்வொரு மண்டலம், வட்டம் சார்ந்த வன உரிமைகளுக்கான பதிவுகளை குழுவே தயாரித்து மாவட்ட அளவிலான குழுவிடம் அவற்றைத் தாக்கல் செய்ய வேண்டும். (கீழே பார்க்கவும் [பிரிவு *6(3)*]

மனுதாரர் ஒருவர் அவரது முறையீட்டின் மேல் துணைக் கோட்ட அளவிலான குழுவின் முடிவில் நிறைவு கொள்ளவில்லை யெனில் அவன், அவள் மாவட்ட அளவிலான குழுவிடம் முறையீடு செய்ய முடியும். இருப்பினும் அவன், அவள் கிராமசபையின் முடிவுக்குப் பிறகு நேரிடையாக மாவட்ட அளவிலான குழுவிடம் முறையீடு செய்ய முடியாது. முதலில் அவர்கள் துணைக் கோட்ட அளவிலான குழுவிடம்தான் முறையீடு செய்தாக வேண்டும்.

பெருமளவிலான திட்ட வரைவு, விளம்பரம் (கிராம சபைக்கு அளிக்க வேண்டிய படிவ நகல்கள் மற்றும் தகவல்களை உள்ளடக்கியவை) ஆகியவற்றை ஏற்பாடு செய்வதும் குழுவின் பொறுப்பாகும்.

மாவட்ட அளவிலான குழு

பின்வருமாறு நபர்களைக் கொண்டிருக்கும் குழுவே இறுதிப்படியாகும் (பிரிவு 6(8))]

1. மாவட்ட ஆட்சியர் அல்லது துணை ஆணையர், தலைவராகவும் இருப்பார்.
2. கோட்ட வன அலுவலர் அல்லது துணை வனக்காப்பாளர்.
3. மாவட்ட அளவிலான பழங்குடி நலவாழ்வு அலுவலர் அல்லது அலுவலகரீதியான பொறுப்பில் இருப்பவர்.
4. மாவட்ட பஞ்சாயத்தால் தேர்ந்தெடுக்கப்பட்ட பிரதிநிதி.

கடைசியாகக் கூறப்பட்டுள்ள மூன்று உறுப்பினர்களில் இருவர் பழங்குடியினராகவும் குறைந்தது ஒருவர் பெண்ணாகவும இருக்க வேண்டும்.

துணைக் கோட்ட அளவிலான குழுவால் எடுக்கப்பட்ட முடிவுகளை இக்குழு மேற்கொள்ள வேண்டும் என்பதோடு;

1. "பரிசீலித்து இறுதியாக முடிவுகளை அங்கீகரிக்கும்" (பிரிவு 6(6))]. கிராம சபை அல்லது துணைக்கோட்ட அளவிலான குழுவின் முடிவுகளை இக்குழு தானாக மாற்றலாம். அதே சமயம் இது ஆபத்தானது என்பதால் கண்காணிக்கப்பட வேண்டும்.
2. துணைக் கோட்ட அளவிலான குழுவின் ஆணைகளுக்கு எதிராக எழும் முறையீடுகளைக் கேட்டல்.
3. கிராம சபைகளுக்கிடையே ஏற்படும் சச்சரவுகளைத் தீர்க்கும் விதத்திலேயே துணைக் கோட்ட அளவிலான குழுக்களி டையே சச்சரவுகளைத் தீர்த்து வைத்தல் (மேலேபார்க்க)
4. மாவட்ட எல்லைகளைத் தாண்டி உரிமை முறையீடுகள் எழும் பட்சத்தில் பிற மாவட்டங்களைத் தொடர்பு கொள்ளுதல்.

இப்பணிகள் நிறைவுபெற்ற பிறகு வருவாய் மற்றும் வனப்பதிவு களில் தேவையான மாற்றங்களைச் செய்வதற்கான வழிகாட்டுதலை மாவட்ட அளவிலான குழுவே அரசு அதிகாரிகளுக்கு அளிக்கும். சச்சரவுக்குட்பட்ட எந்தவொரு உரிமை தொடர்பான பதிவுகளிலும் தேவையான மாற்றங்களைச் செய்வதற்கு முன்பாக முறையீடுகள்

மற்றும் உரிமைகளை முடிவு செய்யும் வரை குழு காத்திருக்கத் தேவையில்லை.

இதன் பிறகு மாவட்ட அளவிலான குழு உரிமைப் பதிவுகளை விளம்பரப்படுத்தி அங்கீகரிக்கப்பட்ட உரிமைகளுக்கான சான்றளிக்கப்பட்ட நகல்களை கிராம சபைக்கோ தொடர்புடைய நபருக்கோ அளிக்க வேண்டும். நிறைவேற்றும் இறுதிப் பணிகளை சோதிப்பது மிக முக்கியமானதாகும்.

கிராம சபைகளுக்கு ஆவணங்களை அளிப்பதும் அதன் மூலம் விளம்பரப்படுத்தும் பணி நடைபெறுவதை உறுதி செய்வதும் கிராம சபைக் கூட்டங்கள் குறுக்கீடுகள் இன்றியும் மக்களின் சுதந்திரமான பங்களிப்புடனும் (விதி 8) நடைபெறுவதை உறுதி செய்தல் போன்றவை மாவட்ட அளவிலான குழுவின் பொறுப்பாகும்.

சரணாலயங்கள் மற்றும் தேசிய பூங்காக்கள் :
வலுக்கட்டாயமாக விரட்டப்படுவதற்கெதிரான சிறப்புரிமைகள்

பாதுகாக்கப்பட்ட பகுதிகளுக்கெதிரான சில சிறப்பு ஒதுக்கீடு களை இச்சட்டம் கொண்டுள்ளது. நாளிது வரை சரணாலயங்கள் மற்றும் தேசிய பூங்காக்களிலிருந்து குறிப்பாக புலிகள் காப்பகங் களிலிருந்து மக்களை, வன விலங்குகளுக்கு இடையூறு செய்வதாகக் கூறி வெளியேற்றுவது வனத்துறையின் வழக்கமாக உள்ளது. உண்மையான மறு குடியேற்றம் நடைபெறாத போதும் மக்களை பயமுறுத்துவதற்காக வனத்துறை இதனைப் பயன்படுத்துகிறது. மேலும் சாலைகளை அமைத்தல், பள்ளிக்கூட வசதி போன்றவை யும் இச்சிற்றூர்களில் செய்யப்படாமல் தடுக்கப்படுகிறது. 'சாஸ்கா புலிகள் காப்பகம்' போன்ற இடங்களில் இது தான் நடந்தது. தமிழ்நாட்டில் களக்காடு முண்டந்துறை, முதுமலை, ஆனைமலை பகுதிகளில் புலிகள் காப்பகத்துக்காக மக்கள் அச்சுறுத்தப்பட்டு வருகின்றனர்.

சட்டத்தினால் தற்போது மாற்றம் ஏற்பட்டுள்ளது. பாது காக்கப்பட்ட பகுதிகளில் வாழும் மக்கள் வலுக்கட்டாயமாக வெளியேற்றப்படாமல் பாதுகாக்க சட்டம் வழி செய்கிறது.

(அரசு மற்றும் ஊடகங்களை சமாளிக்க முடியாததால்) வன விலங்குப் பாதுகாப்பின் பெயரால் புலிகள் பாதுகாப்புத் திட்டப் பகுதியிலிருந்து வன வாழ்வோரை வலுக்கட்டாயமாக வெளியேற்ற முடியாது. (பிரிவு 4(2)(e))-யின் கீழ் கிராம சபையின் சுதந்திரமான

முன் தகவல் அடிப்படையிலான ஒத்திசைவின்படி செயல்படுத்துவது மட்டுமே விதிவிலக்கு. இதற்குப் பொருந்தும் வேறு சில நிபந்தனைகள்.

அ) (பிரிவு 4(2) (a)-ன்படி குறிப்பிட்ட பகுதியில் வன உரிமைகளை அங்கீகரிக்கும் நடைமுறைகள் முழுமை பெறாத வரையில் யாரையும் இடமாற்றம் செய்ய முடியாது. இக்காரணத்துக்காகவே, அனைத்து நபர்களின் உரிமைகளும் அங்கீகரிக்கப்படும் வரை நடைமுறை முழுமையடைந்ததாக அரசு அறிவிப்பதை நிறுத்தி வைப்பது முக்கியமாகிறது.

ஆ) மக்கள் வெளியேற்றப்பட்ட பகுதி ‘சிக்கலான வன விலங்கு வாழிடமாகக் குறிப்பிடப்பட வேண்டும். நடுவண் அரசின் சுற்றுச் சூழல் மற்றும் காடுகள் அமைச்சகத்தின் மூலமாக இவ்வறிவித்தல் நடைபெற வேண்டும். அதே சமயம் சுற்றுச் சூழல் மற்றும் காடுகள் அமைச்சகம் தன்னிச்சையாக இந்நடவடிக்கையை மேற்கொள்ள முடியாது. இதற்காக உள்ளூர் நிபுணர்களை உள்ளடக்கிய நிபுணர் குழு கூட்டப்பட வேண்டும். குறிப்பிட்ட பகுதி சிக்கலான வனவிலங்கு வாழிடமாக அழைக்கப்பட வேண்டுமா வேண்டாமா என்பதை முடிவு செய்ய பொதுமக்களைக் கலந்தாலோசனை செய்ய வேண்டும். [(பிரிவு 2(b)] இக்குழு மூலமாகவோ வேறு விதமாகவோ, மக்கள் வெளியேற்றப்படவில்லை என்றால் இழப்பீடு செய்ய முடியாத அளவு வன விலங்குகளுக்கு சேதம் விளையும் என்பதும் இச்சிக்கல் தீர்க்கப்பட வேறு வழியில்லை என்பதும் மாநில அரசால் நிரூபிக்கப்பட வேண்டும். குறிக் கோளுடனும் விஞ்ஞான பூர்வமாகவும் ஒவ்வொரு பாது காக்கப்பட்ட பகுதியிலும் இவ்வாறு ஆராய்ந்து நிரூபிக்கப்பட வேண்டும். [பிரிவு 4 2(b)]-ன்படி அம்முடிவை வனத்துறை தன்னிச்சையாக எடுக்க முடியாது.

இ) அரசு (நடுவண், மாநில அரசுகளில் எது பொறுப்பு என்பது தெளிவாக்கப்படவில்லை) வெளியேற சம்மதிக்கும் மக்களின் மறு வாழ்வுக்கான முழுமையான திட்டம் ஒன்றைத் தயாரிக்க வேண்டும். இத்திட்டத்தில் அவர்கள் ஏற்றுக்கொள்ளும் வகையில் வாழ்க்கைப் பாதுகாப்பு அளிக்கப்பட வேண்டும் என்பதோடு தேசிய மறுவாழ்வுக் கொள்கை, மாநிலத்தின் கொள்கை மற்றும் பொருந்துகின்ற பிற சட்டங்கள் மற்றும் கொள்கைகளோடு ஒத்திசைய வேண்டும். [(பிரிவு 4 (2)(d)] தேசியக் கொள்கையின்படி “நிலம் இருந்தால்” அளிக்கப்பட வேண்டும்.

பாதுகாப்பான வாழ்க்கை உறுதி செய்யப்பட வேண்டும் என்பதால் பணத்தால் இழப்பீடு செய்யப்படுவது போதுமானதன்று. மக்களுக்கு நிலம், இதர ஆதாரங்கள் அல்லது குறைந்தது வேலை வாய்ப்பு அளிக்கப்பட வேண்டும். எனவே, மக்களுக்கு அவர்கள் வெளியேறுவதற்காக பணத்தால் எளிதாக இழப்பீடு செய்ய முயலும் அரசின் எந்த முயற்சியையும் நாம் நிராகரித்தாக வேண்டும்.

(இ) இத்திட்டம் நிறைவடைந்த பிறகு குறிப்பிட்ட பகுதியின் கிராமசபைகள், திட்டத்தின் அனைத்து ஒதுக்கீடுகளையும் நன்கு அறிந்து கொண்ட பிறகு தங்கள் இசைவை எழுத்தின் மூலம் தெரிவிக்க வேண்டும். அரசு ஒருவேளை கிராம சபைகளுக்கு உண்மைக்குப் புறம்பான தகவல்களைத் தந்திருந்தாலோ நெருக்கடி தர முயன்றாலோ மேற்படி மறு குடியேற்றம் சட்டத்தின்படி, சட்டத்திற்குப் புறம்பானதாகிறது.

ஈ) இறுதியாக, மறு குடியேற்றத்திற்கான நிலம் மற்றும் பிற வசதிகள் முழுமையாகத் தயாராகாத வரை யாரையும் வெளியேற்ற முடியாது.

அரசாங்கத்தைப் பொறுத்தவரையில் எத்தனை முடியுமோ அத்தனைப் பகுதிகளை சிக்கலில் உள்ள வனவிலங்கு வாழிடங்களாக முடிந்த வரையில் விரைவாக அறிவிக்க முயலும் போக்கு உள்ளது. இதற்காக பணம் கொடுத்து மக்களை வெளியேறச் செய்வதும் உண்டு. இது நாம் எதிர்த்துப் போராடியாக வேண்டிய ஒன்று. ஒவ்வொரு கட்டத்திலும், குறிப்பாக சட்டப்படியான அனைத்து அவசிய நடைமுறைகளையும் அரசு நிறைவேற்றுகிறதா என்பதைக் கேட்டு அறிய வேண்டும்.

1. வன விலங்குகளுக்கிடையே மக்கள் வசிப்பது சாத்தியமில்லை என்பதும் அவர்களை வெளியேற்றுவது அவசியம் என்பதுமான முடிவினை எட்டுவதற்கான விஞ்ஞானபூர்வமான அடிப்படை என்ன?
2. மக்களுக்கு அரசு பாதுகாப்பான வாழ்க்கையை வழங்குகிறதா? பணத்தால் ஈடு செய்வது என்பது போதுமானதல்ல என்பதோடு அது சட்டத்திற்குப் புறம்பானதும்கூட.
3. குறிப்பிட்ட பகுதியின் கிராம சபைகளிடம் அரசு கருத்துக் கேட்டுள்ளதா? அவர்களது சுதந்திரமான இசைவு பெறப் பட்டதா? குறிப்பிட்ட பகுதி எதனால் சிக்கலில் உள்ள

வனவிலங்கு வாழிடமாக அறிவிக்கப்பட்டது என்பதும் மறு குடியேற்றத் திட்டத்தில் குறிப்பிடப்பட்டிருக்கும் அனைத்தும் அவர்களுக்கு தெரிவிக்கப்பட்டனவா?

இவற்றுக்கெதிராக நாம் சட்டப்படியான நடவடிக்கை எடுக்க வில்லையெனில் வனத்துறை தொடர்ந்து நம்மை எப்போது வேண்டுமானாலும் வெளியேற்றலாம் என்பதைக் கூறி நமது வாழ்வின் மீது மிரட்டல்கள் விடுத்து நம்மை நெருக்கடிக் குள்ளாக்கலாம்.

நம்மை எதிர் நோக்கியிருக்கும் இன்னல்கள்

உரிமைகள் அங்கீகரிப்பு நடைமுறை மற்றும் அங்கீகரிக்கப்பட்ட உரிமைகளைப் பயன்படுத்துவதிலுள்ள இன்னல்கள்.

நாம் நம் உரிமைகள் அங்கீகரிக்கப்படவும் அவற்றைப் பாதுகாக்கவும் ஒருங்கிணைந்து செயல்பட்டால் மட்டுமே இச்சட்டம் செயல்படும். நாம் செயல்படவில்லையெனில் இச்சட்டம் பொருளற்றதாகிவிடும். சட்டத்திற்குள்ளே கட்டமைக்கப்பட்டுள்ள சில காரணங்களும் விதிகளும் நமக்கெதிராகப் பயன்படுத்தப்படக் கூடும். அவை பின் வருமாறு:

பஞ்சாயத்து கிராம சபைகளின் மூலம் அழுத்துதல்

நாம் நமது கிராம சபைகளை அறிவிக்கும் போதும், அவற்றின் மூலமாக நம்மை அழுத்த அரசு முயலலாம். (மேலே பார்க்க 'முதல்படி') இந்நிலையில் நமது கோரிக்கைகள் அங்கீகரிக்கப்படு தலும் கிராம சபைகள் அமைக்கப்பட்டு நடைமுறைகள் எளிதாக்கப் படுவதும் மேலும் கடினமாக்கப்படலாம். இவற்றை கண்காணித்து செயல்படுவது அவசியமாகும்.

நமது கிராம சபைகளை அரசு அங்கீகரிக்கவில்லையெனில், அதற்கான தீர்மானத்தை நிறைவேற்றி அவற்றை பெரிய அளவிலான கிராம சபைகள் ஏற்றுக்கொள்ளும்படி செய்யப்பட வேண்டும்.

தேவையில்லாததும் அதீதமானதுமான தகுதி வரையறை

'வனங்களில் வாழ்பவர்கள் அல்லர்' அல்லது '75 வருடங்களுக்குக் குறைவாகவே வனங்களில் வசிக்கிறார்கள்' போன்ற காரணங்களைக் கூறி வனத்துறை நமது உரிமைகளை நிராகரிக்கலாம்.

பஞ்சாயத்து செயலாளரைப் பயன்படுத்துதல்

குறிப்பிட்ட பஞ்சாயத்தின் செயலாளரையே வன உரிமைகள் அங்கீகரிப்பை துவக்குவதற்கான கிராம சபைக்கும் செயலாளராக்கு வதன் மூலம் மேலிருந்து கீழ் உத்தரவு வழியாக உரிமைகளை மிகக் குறைந்தபட்சமாக சுருக்க முயற்சி செய்யலாம்.

கால அளவு

சட்ட விதிகளின்படி கால அளவு இல்லை. குறிப்பாக துணை வட்டார மற்றும் மாவட்ட அளவிலான குழுக்கள் தங்கள் பணியை முடிப்பதற்கான கெடு குறிப்பிடப்படவில்லை. எனவே இக்குழுக்கள் மனுக்களைப் பெறுவதோடு நின்றுவிடலாம். தொடர்ந்து செயல்பட வைப்பது அவசியம்.

மேலும் வன உரிமைகள் குழுவை ஏற்படுத்துதலில் சில குழுக்களுக்கு மட்டும் பிரதிநிதித்துவம் தருவதற்கு முயற்சிகள் மேற்கொள்ளப்படலாம். கிராம சபைகள் செல்லத்தக்க உறுதியான பரிந்துரைகளை இக்குழுக்களுக்க அளிக்கலாம். இதனையும் நாம் உறுதிப்படுத்திக் கொள்ள வேண்டும்.

சட்டபூர்வமான வரையறுப்புகளை மீறிச் செல்லுதல்

குறிப்பிட்ட ஒருவரின் உரிமை ஏற்கப்பட்டு பதிவு செய்யப் பட்டாலும் வனத்துறை அதிகாரிகள் அவற்றை நாம் பயன்படுத்து வதைத் தடுக்க முயலலாம். இம்முயற்சிக்கு தற்போதுள்ள வனம் மற்றும் வன விலங்குகள் சார்ந்த சட்டங்கள் பயன்படுத்தப்படும். இத்தகைய முயற்சிகளை மேற்கொள்வோரை முறியடிக்க நாம் ஒருங்கிணைந்து செயல்பட வேண்டும்.

சட்டத்தை நாம் ஒரு கருவியாகப் பயன்படுத்தும் அதே நேரத்தில் களத்தில் நின்று செயல்படுவது அவசியம்.

நாம் எதிர் நோக்கும் செயல்பாடு

பட்டாக்களையோ உரிமைகளையோ பெறுவது மட்டுமே முழுமையான வன உரிமைகள் என்று கூற முடியாது. துவக்கத்தில் கூறப்பட்டது போல மிக அடிப்படையான கேள்வி ஒன்றைப் பற்றியதாகவே போராட்டம் இருந்து வருகிறது. நமது வனங்களை யார் கட்டுப்படுத்துகிறார்கள் என்பதும் அந்த அதிகாரம் எவ்வாறு பயன்படுத்தப்படுகிறது என்பதும் ஆகும்.

இருந்தும் இதற்கெதிராகப் போராட விரும்பினோமென்றால் சட்டம் ஒரு கருவியாக இருக்கும். நாம் பட்டாக்களைப் பெறுகையில் சட்டம் தனது கடமையைச் செய்தாலும் நமது போராட்டம் அவற்றையெல்லாம் தாண்டியது. தனி நபர் பட்டாக்களை மட்டும் வழங்கிவிட்டு அதே பொதுவான ஆதாரமாக இருக்கும் காடுகளை அழிக்கலாம். காலப்போக்கில் பட்டாக்களையும் நம்மிடமிருந்து பறிக்கலாம். ஆகவே, பட்டா பெறுவதைவிட நமது சமூக பொதுவள ஆதாரத்தை மீட்க வேண்டும்.

வனத்துறையைப் பொறுத்தவரையில் காடுகள் மீதான அதன் அதிகாரத்தைத் தக்க வைத்துக் கொள்ளும் நாம் அறிந்த விருப்பம் மட்டுமே தூண்டிய தீர்மானம் அல்ல இது. அறிமுகத்தில் விளக்கப்பட்டது போல நம்மால் பார்க்க முடிகிற அரசு செயல்படுத்தும் பல்வேறு செயல்களிலும் தெரிவது மிகப்பெரிய திட்டம் ஒன்றின் பகுதியே ஆகும். இப்படியாக காடுகளின் அழிப்புக்குக் காரணமாகலாம் என்ற அடிப்படையில் இச்சட்டம் எதிர்க்கப்பட்ட அதே வேளையில் வன அழிப்பை எளிதாக்கும் வகையில் சுற்றுச் சூழல் சட்டங்களை அரசு மாற்றி விட்டது. அத்துடன் சிறப்புப் பொருளாதார மண்டலங்களுக்கும் பெரும் தனியார் நிறுவனங்களுக்கும் நிலங்களைப் பெறுவதில் வேகம் அதிகரித்துக் கொண்டே வருகிறது. தனியார் நிறுவனங்களுக்கு, பெரும்பாலும் வனப்பகுதிகளில் சுரங்கக் குத்தகைகளை வழங்குவதன் எண்ணிக்கை பெருமளவில் அதிகரித்திருக்கிறது.

உலகமயமாவதன் தீர்மானம் மக்களுக்கு அனைத்து வளங்களையும் மறுப்பதும் மிகக் குறைந்த ஊதியத்துக்கு உழைப்பவர்களாக மாற்றுவதும் ஆகும். இது நடைபெறும் வேளையில் தனியார் நிறுவனங்கள் அவர்களது தனிப்பட்ட ஆதாயத்துக்காக இவ்வளங்களைத் திருடிக் கொள்வதை சாத்தியமாக்குகிறது. தற்போது நாடு தழுவிய அளவில் நடைபெற்றுக் கொண்டிருக்கும் போராட்டங்களில் இதனை எவ்வாறு அரசு செயல்படுத்தி வருகிறது என்பதற்கான சில எடுத்துக் காட்டுகள்:

எ.கா.(1):- ஒரிசாவிலுள்ள ஜகத்சிங் பூரில் (POSCO) 'போஸ்கோ' விற்கு எதிரான போராட்டம். ஒரிசா மாநிலத்தில் 'போஹாங்' உருக்கு ஆலை நிறுவனம் (தெற்குக் கொரிய உருக்காலை நிறுவனத்தைச் சேர்ந்தது) பெருமளவிலான உருக்கு ஆலை ஒன்றையும் இரும்புத்தாது சுரங்கங்கள் மற்றும் தனியார் துறைமுகம் ஒன்றையும் நிறுவிக் கொண்டிருக்கிறது. வரிகள்

குறைக்கப்பட்டாலும்கூட இந்நிறுவனத்தால் ஒரிசாவுக்கோ இந்தியாவுக்கோ எதுவுமே கிடைக்கப் போவதில்லை என்பது மட்டுமல்ல, இந்நிறுவனம் அமையுமானால் பத்தாயிரத்துக்கும் மேற்பட்ட மக்கள் இடம் பெயர வேண்டி வரும்.

உருக்காலை அமையவிருக்கும் இடத்தில் வாழ்ந்து வரும் மக்களில் பலர் வன நிலங்களில் வேளாண்மை செய்து வருபவர்கள். தென் கொரியத் திட்டம் அவர்களது அன்றாட வாழ்க்கைக்கும், ஏன் இருப்புக்குமே ஓர் அச்சுறுத்தலாகியுள்ளது. 2005-ல் இத்திட்டம் சூழல் கொண்டபோதே அம்மக்கள் இதற்கெதிராகப் போராடினர். 'போஸ்கோ பிரதிரோத் சங்கம்' சமிதி (போஸ்கோ எதிர்ப்புப் போராட்டக் குழு) மற்றும் இதர அமைப்புகள் சேர்ந்து திட்டமிடப்பட்ட உருக்காலை அமைவிடத்தில் குழுமினர். காவல் துறை மற்றும் நிறுவனத்தார் அப்பகுதிக்குள் நுழைந்து அவர்களது நிலங்களை கைப்பற்றுவதைத் தடுத்தனர். நிறுவனமோ வன்முறை யின் உதவியுடன் இப்போராட்டத்தை எதிர்கொண்டது. மிகச் சமீபம் வரையில் (நவம்பர் 29, 2007) நிறுவனத்தின் அடியாட்கள் தொடர்ந்து தாக்குதல்கள் நடத்தியதில் படுகாயங்களுக்கு ஆளானோர் எட்டு பேர். உருக்காலையினர் நிலங்களைப் பறிக்கக் காத்துக் கொண்டிருக்கின்றனர். போராட்டம் தொடர்கிறது.

எ.கா. 2.;- ஒரிசா மாநிலம், நியாம்கிரியிலுள்ள 'வேதாந்தா' நிறுவனத்துக் கெதிரான போராட்டம்

நியாம் கிரி டோங்கார் என்பது ஒரிசா மாநிலத்திலுள்ள லஞ்சிகார் பகுதியில் வசிக்கும் 'டோங்காரியோ கோண்ட்' மக்களின் புனிதமலை ஆகும். அலுமினியம் தயாரிக்கப் பயன்படும் பாக்சைட்டைத் தோண்டி எடுக்கும் நோக்கத்தோடு 'வேதாந்தா' என்கிற உலகளாவிய சுரங்க நிறுவனம் இம்மலையை அழிக்க விரும்புகிறது. 'டோங்காரியோ கோண்ட்' மக்கள் இந்நிறுவனத்தை கடுமையாக எதிர்த்ததோடு தங்கள் மலையைப் பாதுகாக்க முயற்சிகளை மேற்கொண்டனர்.

உச்ச நீதிமன்றத்தில் 'டோங்காரியோ கோண்ட்' மக்களை பிரதி நிதித் துவப்படுத்த முயலும் வழக்கறிஞர்கள் பேசக்கூட அனுமதிப்பதில்லை. வேதாந்தா நிறுவனம் இத்திட்டத்தைத் தொடர முடியாது என்று கூறிய நீதிமன்றம் அந்நிறுவனத்தின் சகோதர நிறுவனமான ஸ்டெர்லைட் நிறுவனத்தை இத்திட்டத்தைத் தொடருமாறு அழைப்பு விடுத்து உத்தரவுகளைப் பிறப்பித்துள்ளது.

'டோங்காரியோ கோண்ட்' மக்களின் உரிமைகள் அரசாலும் நீதிமன்றத்தாலும் புறக்கணிக்கப்பட்டன. பழங்குடி மக்கள் முன்னேற்றத்துக்காக குறிப்பிடட அளவு தொகை நிறுவனத்தால் தரப்பட வேண்டும் என்பதை மட்டுமே நீதிமன்றம் நிபந்தனையாக விதித்தது. இத்திட்டம் நிறுத்தப்படாவிட்டால் அப்பகுதி பழங்குடி மக்கள் அவர்களது அனைத்து நிலங்களையும் நீர் ஆதாரத்தையும் அவர்களது எளிய வன விளைபொருட்களையும் மட்டுமன்றி 'நியாம் ராஜ' என்றழைக்கப்படும் அவர்களது புனித மலையையும் நிரந்தரமாக இழப்பர். இதேபோல் தமிழ் நாட்டில் கொல்லிமலையில் அலுமினிய கம்பெனிக்காக லாரி கணக்கில் மண் எடுக்கப்பட்டு அழிக்கப்பட்டு வருகின்றது.

மேற்கண்ட அனைத்து எடுத்துக்காட்டுகளும் நாம் எதிர்நோக்கி வரும் சவால்களாகும். வெறும் பட்டா பெறுவது மட்டும் நம்முடைய நோக்கமல்ல. இந்தப் பட்டா என்ற துண்டுக் காகிதத்தை எப்போது வேண்டுமென்றாலும் நம்மிடமிருந்து பறித்துக்கொள்ளலாம். காடுகளும் இயற்கை வளங்களும் பழங் குடி மக்களுக்கும் இதர காடு சார்ந்து வாழும் மக்களின் சொத்தாக இருந்தன. தனிநபர் உடைமையாக இருக்கவில்லை. மக்கள் பேணிப் பாதுகாத்து சுதந்திரமாகப் பயன்படுத்தினர். இதே நிலையை மீண்டும் அடைய வன உரிமை அங்கீகார சட்டத்தை மத்திய அரசு நிறைவேற்றி உள்ளது. **இதன் மூலம் இந்திய வரலாற்றில் முதல் முறையாக சட்டரீதியான அங்கீகாரத்தை காட்டை நம்பி வாழும் மக்கள் பெற்றுள்ளனர்.** எனவே, இச்சட்டம் காடுகளோடு இணைந்து வாழும் மக்களின் வாழ்வில் ஒரு வரலாற்று திருப்புமுனை என்றே சொல்லலாம். இந்த வாய்ப்பை முழுமையாகப் பயன்படுத்துவோம்.

சட்டம் மற்றும் நீதித்துறை அமைச்சகம்

(சட்டமியற்றும் துறை)

புதுடெல்லி, 2 ஜனவரி 2007

பின்வரும் நாடாளுமன்ற சட்டம் 2006 டிசம்பர் 29ஆம் தேதி குடியரசு தலைவரின் இசைவு பெற்ற இவ்வழியில் பொது தகவலுக்காக வெளியீடு செய்யப்பட்டது.

..... அட்டவணைக்குட்பட்ட பழங்குடியினர் மற்றும் பாரம்பரியமாக வனங்களை சார்ந்து வாழ்பவர்கள்(வன உரிமை அங்கீகாரம்) சட்டம் 2006, எண்.2, 2007

(29 டிசம்பர் 2006)

பல தலைமுறைகளாக வனங்களில் வசித்து வந்தாலும், அவர்களுடைய உரிமைகள் பதிவு செய்யப்படாத வனத்தில் வாழும் அட்டவணைக்குட்பட்ட பட்டியலிடப்பட்ட பழங்குடியினர் மற்றும் பாரம்பரியமாக வனங்களைச் சார்ந்து வாழ்வோருக்கு அவர்களுடைய வன உரிமைகளை அங்கீகரித்து அவற்றை அவர்களுக்கு அளிப்பதற்காகவும், அப்படி அளிக்கப்பட்ட வன உரிமைகள் பதிவு செய்வதற்கு ஒரு வரையறையை ஏற்படுத்துவதற்காகவும், வன நிலங்கள் சம்பந்தமான உரிமைகளை அங்கீகரித்து அளிக்கவும், அதற்கு என்ன விதமான சான்றுகள் தேவை என்பதை நிர்ணயிப்பதற்காகவும் நிறைவேற்றப்படும் சட்டம்.

வன பாதுகாப்பு கோட்பாட்டினை பலப்படுத்தும் அதே வேளையில் வனத்தில் வாழும் பட்டியலிடப்பட்ட பழங்குடியினர் மற்றும் பிற பாரம்பரியமாக வனங்களைச் சார்ந்து வாழ்வோரின் வாழ்வாதாரமும் உணவு உத்திரவாதமும் நிலை நிறுத்தப்படும் விதமாக நிலையான பயன்பாடு, உயிர்சூழல் மைய பாதுகாப்பு, உயிரின் வாழ்க்கை சூழலின் சமநிலையை பேணுவது ஆகிய பொறுப்புகள் மற்றும் அதிகாரம் வனத்தில் வாழும் பட்டியிலடப்பட்ட பழங்குடியினர் மற்றும் பிற பாரம்பரியமாக வனங்களைச் சார்ந்து வாழ்வோரின் அங்கீகரிக்கப்பட்ட உரிமைகளில் அடங்கும்.

மேலும், அந்நியர் ஆட்சி காலத்தில் மட்டுமல்லாது சுதந்திர இந்தியாவிலும் தேச வனங்களை ஒருங்கிணைந்த போது அவர்களின் மூதாதையர்களுக்கு சொந்தமான நிலங்கள் மற்றும் அவர்களுடைய மனைகளுக்கான வன உரிமைகள் போதுமான அளவு அங்கீகரிக்கப்படவில்லை. இதனால் வனங்களின் உயிரின வாழ்க்கை முறை அழியாது தொடர்ந்து நிலவுவதற்கும் நிலை குலையாது காப்பாற்றப்படுவதற்குமே முழுமையான காரணமாக விளங்கக்கூடிய வனத்தில் வாழும் அட்டவணையிடப்பட்ட பழங்குடியினர் மற்றும் பிற பாரம்பரிய வனங்களைச் சார்ந்து வாழ்வோருக்கு வரலாற்று ரீதியாக அநீதி இழைக்கப்பட்டுள்ளது.

ஆகையால் தேச முன்னேற்ற தலையீடுகளின் விளைவால் தங்கள் உறைவிடங்களை மறு குடியமர்த்த வேண்டிய கட்டாயத்தில் தள்ளப்பட்டவர் உட்பட வனத்தில் வாழும் அட்டவணையிடப்பட்ட பழங்குடியினர் மற்றும் பிற பாரம்பரியமாக வனங்களைச் சார்ந்து வாழ்வோரின் வனங்களை சென்றடையும் உரிமைகள் மற்றும் உடைமைகளுக்கு நீண்ட காலமாக இருந்து வரும் பாதுகாப்பின்மை பற்றி ஆராய்ந்து முடிவெடுக்கக்கூடிய கட்டாயம் ஏற்பட்டிருக்கிறது.

அத்தியாயம் I

முன்னுரை

சுருக்கமான தலைப்பு பொருந்தகை - தொடக்கம்

1. இந்த சட்டத்தை பட்டியலிடப்பட்ட பழங்குடிகள் மற்றும் பாரம்பரியமாக வனங்களைச் சார்ந்து வாழ்வோருக்கான (வன உரிமை அங்கீகாரம்) சட்டம் 2006 என குறிப்பிடலாம்.
2. இது ஜம்மு காஷ்மீர் மாநிலம் தவிர இந்தியா முழுமைக்கும் பொருந்தும்.
3. மத்திய அரசு அதிகாரப்பூர்வ அரசிதழில் அறிவிப்பு கொடுப்பதன் மூலம் நிர்ணயிக்கக்கூடிய தேதியில் இச்சட்டம் நடைமுறைக்கு வரும்.

சொற்றொடர் விளக்கங்கள்

II. வேறுவிதச் சூழ்நிலையில், மாறுபட்ட கருத்துக்கள் எழாத வரை, இச்சட்டத்தில் கூறப்பட்டுள்ளன.

a. 'சமூக வன வளங்கள்' என்பது பாரம்பரிய முறையிலோ அல்லது பழக்க வழக்கத்தின் அடிப்படையிலோ வகுக்கப் பட்ட ஒரு கிராம எல்லைக்குள் அமைந்துள்ள பொதுப் புழக்கத்திலான வனநிலம் அல்லது இடையர்கள் இனத்தைப் பொறுத்தவரை பருவகாலங்களில் அவர் களால் பயன்படுத்தப்படும். நிலப்பரப்பு அல்லது பாரம் பரியமாக சமூகம் பயன்படுத்தி வந்த காப்புக்காடுகள் மற்றும் தேசியப்பூங்காக்கள் அல்லது சரணாலயங்கள் அமைந்துள்ள பாதுகாக்கப்பட்ட பகுதிகள் உட்பட அனைத்தையும் குறிக்கும்.

b. 'கவனத்திற்குரிய வனவிலங்கு வாழ்விடம் (Critical Wild-life Habitat) என்பது கானுயிர் பாதுகாப்பிற்கு இன்றியமை யாத தேவை எனக் கருதப்படும் பகுதிகளை, தனித் தனியாக, அறிவியல் பூர்வமாக பகுத்தாய்வின் அடிப்படையிலும் நன்கு ஆராய்ந்து மத்திய அரசின் வனம் மற்றும் சுற்றுச்சூழல் அமைச்சகத்தால் அந்தந்த பகுதியில் பணியாற்றும் பழங்குடியினர் அமைச்சுத்துறை பிரதிநிதி ஒருவரை உள்ளடக்கிய வல்லுநர் குழுவோடு வெளிப்படையாக ஆலோசனை செய்யப்பட்ட பிறகு,

இச்சட்டத்தின் 4வது பிரிவு துணை விதி(1) மற்றும் (2) இல் கூறப்பட்டுள்ள நடைமுறை விதிகளின்படி தீர்மானிக்கப்பட்டு, முறைப்படியாகவும், தெளிவாகவும் வரையறுக்கப்பட்டு அறிவிக்கப்படும் தேசிய பூங்காக்கள் மற்றும் சரணாலயங்களைக் குறிக்கும்.

c. வனத்தில் வசிக்கும் அட்டவணையிடப்பட்ட பழங்குடியினர் என்றால் உண்மையான வாழ்வாதார தேவைகளுக்காக அடிப்படையில் வனங்கள் அல்லது வன நிலங்களில் வசிக்கும் மற்றும் அவற்றை நம்பியிருக்கும் பட்டியிலிடப்பட்ட பழங்குடி சமுதாயம் அல்லது அதனை சார்ந்தவர்கள்.

d. ‘வனநிலம்’ என்றால் எந்த வனப் பகுதிக்கும் உள்ளடங்கிய எந்த விவரிப்புக்கும் உட்பட்ட நிலம், வகைப்படுத்தப் படாத வனங்கள், வரையறுக்கப்படாத வனங்கள், ஒதுக்கப்பட்ட வனங்கள், சரணாலயங்கள் மற்றும் தேசிய பூங்காக்களையும் உள்ளடங்கியது.

e. வன உரிமை என்பது அத்தியாயம் 3ல் வன உரிமைகளில் சொல்லப்பட்டுள்ளவை.

f. வன கிராமங்கள் என்றால் ஏதாவது ஒரு மாநில அரசின் வனத்துறையினரால் வனத்தின் உள்ளே ஏற்படுத்தப்பட்டுள்ள குடியேற்றங்கள் வனவியல் இயக்கங்களுக்காகவோ அல்லது வன குடியேற்ற கிராமங்கள் காலவரைக்கேற்ப கைப்பற்று நிலங்கள், எல்லாவிதமான வனத்துறை நலன்கள் பணிகளுக்காக கொண்டு வரப்பட்டு குடியமர்த்தப்பட்ட மக்கள் நிலங்கள், அந்த மாதிரி யான கிராமங்கள் எந்த பெயரில் அழைக்கப்பட்டாலும் சரி மற்றும் பயிர் செய்வதற்காக மற்றும் பிற பயன்களுக்காக அரசால் அனுமதிக்கப்பட்ட நிலங்கள்.

g. ‘கிராம சபை’ என்றால் கிராமத்தில் உள்ள அனைத்து வயது வந்த நபர்களைக் கொண்ட ஒரு கிராம அவை பஞ்சாயத்துக்கள் இல்லாத மாநிலங்களாக இருப்பின் ‘படாக்கள்’, தேவாலயங்கள் மற்றும் பிற பழமையான கிராம நிறுவனங்கள் மற்றும் தேர்ந்தெடுக்கப்பட்ட கிராம குழுக்கள், இவற்றில் பெண்கள் கட்டுப்

பாடின்றியும் முழுமையாகவும் பங்கு பெறுதல் வேண்டும்.

h. 'வாழ்விடம்' என்பது ஆதி பழங்குடி வகுப்பினர் மற்றும் விவசாய காலத்திற்கு முற்பட்ட இனத்தவரும் வழிவழியாக வாழ்ந்து வரும் பாதுகாக்கப்பட்ட காடுகள் மற்றும் ஒதுக்கப்பட்ட காடுகளில் வழிவழியாக வாழ்ந்து வரும் இடங்களைக் குறிப்பதாகும்.

i. 'சிறிய வனப்பொருட்கள்' எல்லாவிதமான வனப் பொருட்களை உள்ளடக்கியது. மூங்கில், புதர் செடிகள் துண்டிக்கப்பட்ட மரக்கிளைகள், அடிக்கட்டை அல்லது மர அடித்தார் பிரம்பு, வனப்பட்டு பட்டுப்பூச்சிக்கூடு, தேன், தேன்மெழுகு மற்றும் மர வகை கசியவிடும் மெழுகு, அரக்கு பெண்டு அல்லது கெண்டு இலைகள், மருத்துவ குணமுடைய செடிகள் மற்றும் மூலிகைகள், உண்ணத்தக்க வேரினையுடைய பயிர்வகை, கிழங்கு வகைகள் மற்றும் அவை போன்றவைகளும் உள்ளடக்கிக் கொண்டவை.

j. இணைப்பு நிறுவனம் என்பது அத்தியாயம் II ல் சொல்லப்பட்ட இணைப்பு நிறுவனம்

k. அறிவிக்கை என்பது அரசின் அரசிதழில் வெளியிடப்பட்ட அறிக்கை

l. குறிப்பிடப்பட்ட என்பது இந்த சட்டத்தின் கீழ் உருவாக்கப்பட்ட விதியில் குறிப்பிட்டுள்ளது.

m. அட்டவணைப்படுத்தப்பட்ட பகுதி என்பது அரசியல் சாசனம் 244(1)ல் குறிப்பிடப்பட்டுள்ள பகுதி.

n. நிலைத்த பயன்பாடு என்பது பல்லுயிர் பன்முக தன்மை சட்டம் 2002ல் (o) வில் சொல்லப்பட்ட அர்த்தத்தை கொண்டது.

o. 'பிற பாரம்பரிய வனங்கள் சார்ந்து வாழ்பவர்' என்றால் 2005 ஆம் ஆண்டு டிசம்பர் மாதம் 13ஆம் நாளுக்கு முந்திய தேதியிலிருந்து குறைந்தது மூன்று தலைமுறைகளாக வனம் அல்லது நிலங்களில் தங்களுடைய உண்மையான வாழ்வாதாரத் தேவைகளுக்காக வசித்து வந்த அல்லது அவற்றை நம்பி இருந்த ஒருவர் அல்லது சமுதாயம்.

விளக்கம்: இக்கூறின் நோக்கத்தின்படி, தலைமுறை என்றால் இருபத்து ஐந்து ஆண்டுகள் கொண்ட ஒரு காலம்.

p. கிராமம் என்றால் (*i*) பஞ்சாயத்து சட்ட பிரிவுகள் (அட்டவணையிடப்பட்ட பகுதிகளுக்கு விரிவாக்கும்) சட்டம், 19964 ஆம் பிரிவு (*b*) கூறில் குறிக்கப்பட்டுள்ள ஒரு கிராமம். அல்லது

(*ii*) பஞ்சாயத்துகள் சம்பந்தமான எந்த ஒரு மாநில சட்டத்திலும் கிராமம் என்று குறிக்கப்பட்டுள்ள, அட்டவணையிடப்பட்ட பகுதிகள் அல்லாத எந்த பகுதி அல்லது

(*iii*) வன கிராமங்கள், பழைய இருப்பிடம் அல்லது குடி யேற்றப்பகுதிகள் மற்றும் கிராமம் என்று அறிவிக்கப்பட்ட அல்லது அறிவிக்கப்படாத அளவாய்வுக்கு ஆட்படாத கிராமங்கள், அல்லது

(*iv*) பஞ்சாயத்துகள் இல்லாத மாநிலங்களாக இருப்பின், பாரம்பரிய கிராமம் அவை எந்தப் பெயரில் அழைக்கப்பட்டாலும் சரி.

q. வனவிலங்குகள் என்பது வன உயிரின பாதுகாப்பு சட்டம் 1972இல் சொல்லப்பட்ட எந்த ஒரு விலங்கினமும்.

அத்தியாயம் II

வன உரிமைகள்

III(1) இந்த சட்டத்தின் நோக்கத்திற்காக தனிமனித அல்லது சமுதாய உடைமையுரிமைக் காலத்தை அல்லது இவ்விரண்டையும் பெறும் கீழ்க்காணும் உரிமைகள் வனத்தில் வசிக்கும் பட்டியலிடப்பட்ட பழங்குடியினர்களுக்கும் மற்றும் பிற பாரம்பரியமாக வனங்களைச் சார்ந்து வாழ்வோர்க்கும் எல்லா வனநிலங்களின் மேல் கட்டாயமாக இருக்கும் வன உரிமைகளாகும். அவை:

(a) வனத்தில் வாழும் பட்டியலிடப்பட்ட பழங்குடியினர் அல்லது பிற பாரம்பரியமாக வனங்களைச் சார்ந்து வாழ்வோரை சேர்ந்த ஒரு நபர்க்கு அல்லது நபர்களுக்கு வாழ்வாதாரத்திற்காக தங்கள் உறைவிடத்திற்காக அல்லது தாங்களே பயிர் செய்வதற்காக தனிநபர் அல்லது பொது பாத்தியத்தின்கீழ் வனநிலத்தை வைத்துக்கொள்ளும் அல்லது அதில் வாழும் உரிமை.

(b) முந்தைய சமஸ்தானங்கள் அல்லது ஜமீன்தாரிகள் அல்லது அதேபோன்ற இடையிலான அரசாட்சியில் உபயோகிக்கப்பட்ட உரிமைகள் உள்ளடங்கிய நிஸ்தார் (மன்னர்கள் கொடுத்த உரிமங்கள்) என்பது போன்ற அவை எந்த பெயரால் அழைக்கப்பட்ட சமுதாய உரிமைகளாக இருந்தாலும்.

(c) கிராம எல்லைகளுக்கு உள்ளேயோ, வெளியேயோ பாரம்பரியமாக சேகரிக்கப்படும் சிறிய வனப்பொருள் களை சேகரிக்க உபயோகிக்க மற்றும் அவற்றை விற்கக்கூடிய உரிமைகளை சொந்தக்காரர் என்ற முறையில் அடையும் உரிமை.

(d) மீன்கள் மற்றும் நீர்நிலைகளின் பிற பொருட்கள், மேய்ச்சல்(நிலையான அல்லது கால்நடைகளை பருவ காலத்திற்கேற்ப மேய்ச்சல் நிலம் மாற்றி ஓட்டிச் செல்லும்) மற்றும் நாடோடி அல்லது கால்நடை மேய்க்கும் சமூகத்தினர் பருவ காலத்திற்குரிய பாரம்பரிய வன ஆதாரத்தை அடைவது போன்ற உரிமையுடைமைகள்

அல்லது பயன்பாடுகளுக்கான பிற சமூக உரிமைகள்.

(e) குடியிருப்பு உடையுரிமைக்கால மற்றும் நாகரிக முதிர்ச்சியற்ற காலத்திற்குரிய பழங்குடி குழுக்கள் மற்றும் வேளாண்மைக்குரிய காலத்திற்கு முந்தைய கால சமூகத்தினரின் உறைவிட உரிமைகள் உள்ளடங்கிய உரிமைகள்.

(f) எந்த ஒரு மாநிலத்திலும் உரிமைக்கோரிக்கைகள் பிரச்சனையாக இருக்கிற எந்த வழக்காற்றுச் சொற்களினாலும் அழைக்கப்படுகின்ற, பிரச்சனைக்குரிய நிலங்களின் மேல் அல்லது அவைகளில் உள்ள உரிமைகள்.

(g) எந்த ஒரு உள்ளூர் அதிகார அமைப்போ அல்லது மாநில அரசோ வனநிலங்களுக்கு வழங்கிய பட்டாக்கள் அல்லது குத்தகைகள் அல்லது மானியங்களை உரிமை மூலங்களாக மாற்றும் உரிமைகள்.

(h) எல்லா வன கிராமங்கள், பழைய உறைவிடங்கள், அளவாய்வுக்கு உட்படாத கிராமங்கள் மற்றும் பதிவு செய்யப்பட்ட அல்லது அறிவிக்கப்பட்ட அல்லது இரண்டும் செய்யப்படாத வனங்களில் உள்ள பிற கிராமங்களை உறைவிடமாக கொள்வதற்கும் அவற்றை வருவாய் கிராமங்களாக மாற்றுவதற்குமான உரிமைகள்.

நிலையான உபயோகத்திற்காக பாரம்பரியமாக பாதுகாத்தும் பேணியும் வந்திருக்கும் எந்தவொரு பொதுவான வன வள ஆதாரத்தை பாதுகாக்கும் அல்லது புத்துயிராக்கம் அல்லது பராமரித்துக் காக்கும் உரிமை.

(i) எந்தவொரு மாநில சட்டத்தினாலோ அல்லது மாவட்ட தன்னாட்சி மன்றத்தின் அல்லது மண்டல தன்னாட்சி மன்றத்தின் சட்டங்களாலோ அங்கீகரிக்கப்பட்ட அல்லது எந்த ஒரு மாநிலத்திலும் குறிப்பிட்ட பழங்குடியினர்களின் பாரம்பரிய அல்லது வழக்கிலுள்ள சட்டத்தின் கீழ் பழங்குடியினரின் உரிமைகள் என்று ஒத்துக்கொள்ளப்பட்ட உரிமைகள்.

(j) உயிரின பல்வகைமையை அடையும் உரிமை உயிரின மற்றும் கலாச்சார பல்வகைமை சம்பந்தமான பாரம்பரிய அறிவு மற்றும் அறிவாற்றல் சொத்திற்கான பொது உரிமை

(k) (a)விலிருந்து (b) வரையிலான கூறுகளில் சொல்லப்படாத நிலைக்கேற்றவாறு வனத்தில் வசிக்கும் பட்டியலிடப்பட்ட பழங்குடியினரோ அல்லது பிற பாரம்பரியமாக வனங்களைச் சார்ந்து வாழ்பவர்களோ வழக்கமாக அனுபவிக்கும் மற்ற எந்த பாரம்பரிய உரிமையும். ஆனால் எந்த வகைப்பிரிவு வனவிலங்குகளையும் வேட்டையாடும் அல்லது கண்ணிவைத்து பிடிக்கும் அல்லது அதன் உடற்பாகங்களை வெட்டியெடுக்கும் பாரம்பரிய உரிமை நீங்கலாக.

(1) 2005ஆம் ஆண்டு டிசம்பர் மாதம் 13ஆம் நாளுக்கு முன்பு அவர்களுடைய சட்டப்பூர்வ உரிமை உடைமைகள் பெறப்படாமல் எந்தவொரு விவரிப்புக்கும் உட்பட்ட வனநிலத்திலிருந்து பட்டியலிடப்பட்ட பழங்குடியினர் மற்றும் பிற பாரம்பரியமாக வனங்களைச் சார்ந்து வாழ்பவர்கள், சட்டத்திற்கு புறம்பாக வெளியேற்றப்பட்டோ, இடம் பெயர்த்தப்பட்டோ இருப்பின் அவர்கள் விஷயத்தில் மாற்று நிலம் உட்பட முன்னிருந்த அதே இடத்தில் மறுவாழ்வு பெறும் உரிமை.

(2) வனம்(பாதுகாப்பு) சட்டம், 1980இல் என்ன சொல்லப்பட்டிருந்தாலும், மத்திய அரசு, ஒரு ஹெக்டேருக்கு எழுபத்து ஐந்து மரங்களுக்கு மிகாமல் வெட்டக்கூடிய அரசால் நிர்வகிக்கப்படும் கீழ்க்கண்ட வாய்ப்பு நலன்களுக்காக வனநிலங்களை மாற்றிக் கட்டாயமாக கொடுக்கலாம். **அவை யாவன:**

a. பள்ளிகள்

b. மருந்தகம் அல்லது மருத்துவமனை

c. அங்கன்வாடிகள்

d. நியாயவிலைக்கடைகள்

e. மின் மற்றும் தொலைத்தொடர்பு இணைப்புக் கம்பிகள்

f. குளங்கள் மற்றும் பிறநீர் நிலைகள்

g. குடிதண்ணீர் வழங்கல் மற்றும் தண்ணீர் இணைப்புக் குழாய்கள்

h. தண்ணீர் அல்லது மழைநீர் சேகரிப்பு அமைப்புகள்

i. சிறிய நீர்ப்பாசன வாய்க்கால்கள்

j. வழக்கத்திற்கு மாறான மின் உற்பத்தி

k. திறமை மேம்பாடு அல்லது வாழ்க்கை தொழில் பயிற்சி மையங்கள்

l. சாலைகள் மற்றும்

m. சமுதாயக் கூடங்கள்

ஆயினும் இப்படி வன நிலத்தை மாற்றுவதை கட்டாயமாக அனுமதிக்க வேண்டுமானால், அதாவது

(i) இந்த உட்பிரிவில் சொல்லப்பட்டிருக்கும் காரணங்களுக்காக மாற்றி கொடுக்கப்படும் வனநிலம் ஒவ்வொன்றும் ஒரு ஹெக்டேருக்கு குறைவாக மட்டுமே இருக்க வேண்டும்.

(ii) இம்மாதிரியான முன்னேற்றத் திட்டங்களுக்கு ஒப்புதல் அளிக்க வேண்டுமானால் அவற்றை கிராமசபை பரிந்துரைத்தால் மட்டுமே முடியும் என்ற நிபந்தனைக்கு கட்டாயமாக உட்படுத்தப்பட வேண்டும்.

அத்தியாயம் III

காடுகள் மீதான உரிமைகளை அங்கீகரித்தல் மீட்டு எடுத்தல் மற்றும் வழங்குதல்.

IV. (1) வனங்கள் தொடர்பாக தற்போது எவ்வித சட்டம் நடைமுறையில் இருந்தாலும் இனி தற்போது ஒப்புதல் பெறப்பட்ட சட்டமே அங்கீகரிக்கப்பட்டதாகும்.

(2) காடுகளின் மீதான உரிமைகளுக்கு ஒப்புதல் அளித்து மத்திய அரசு பிறப்பித்துள்ள சட்டக்கூறு வருமாறு:

(a) மாநிலம் அல்லது மாநிலத்தின் ஏதேனும் ஒரு பகுதியில் பழங்குடியினர் என்று அறிவிக்கப்பட்டவர்கள் பிரிவு 3ல் உள்ள வன உரிமைகளை பெறுவர்.

(b) காடுகளில் பரம்பரையாக வசித்து வருவோருக்கும் இச்சட்ட உரிமைகள் பொருந்தும்.

2. இந்த சட்டத்தில் கூறப்பட்டுள்ள (கவனத்திற்குரிய கானுயிர் வாழ்விடங்களாகிய தேசிய பூங்காக்கள், சரணாலயங்கள் குறித்த சட்டவிதிகளை வனஉரிமை உடையவர்களை எவ்விதத்திலும் பாதிக்காத வகையிலும் கீழ்க்காணும் அம்சங்களை கவனத்தில் எடுத்துக்கொண்டு செயல்படுத்திய பின்னருமே மாற்றி அமைக்க முடியும்.

(a) பிரிவு 6ல் கூறப்பட்டுள்ள சட்ட அங்கீகாரம் மற்றும் அதிகாரங்கள் முழுமையாக கைக்கொள்ளப்பட்ட பிறகு

(b) ஒரு குறிப்பிட்ட மாநில அரசாங்கத்தின் துறை நிர்வாகம், வன உயிர் பாதுகாப்பு சட்டம் 1972, அடிப்படையில் வன உரிமையுடையோர் வனத்தில் வாழ்வதால் வன உயிரினங்களுக்கு மிக மோசமான பாதிப்பையும், அவ்வுயிரினங்கள் அழிவதற்கான சூழலையும் ஏற்படுத்துகிறார்கள் என்று மெய்ப்பிக்கும் நிலையில் அவர்களை வெளியேற்றலாம்.

(c) இணைந்து வாழ்வதற்கான வேறு எந்தவித வாய்ப்புகளும் இல்லை என்று மாநில அரசு முடிவு செய்யும் நிலையில் அவர்களை வெளியேற்றலாம்.

(d) மத்திய அரசால் இயற்றப்பட்டுள்ள சட்டங்கள் மற்றும் கொள்கைகள் அடிப்படையில் தயாரிக்கப்பட்ட மாற்று வாழ்வு திட்டம் முறைப்படியாக அவர்களுக்கு அறிவிக்கப் பட்டு பாதிக்கப்படும் தனிநபர் மற்றும் சமூகத்தினரின் பாதுகாப்பான வாழ்வாதாரத்தை உறுதிப்படுத்தும் விதத்திலும் அவர்களுடைய தேவையை பூர்த்தி செய்யும் விதத்திலும் அமைந்திருந்தால் வெளியேற்றலாம்.

(e) மேற்கூறிய மறுவாழ்வு திட்டமானது, கிராம சபையால் புரிந்து கொள்ளப்பட்டு முழுமனச் சுதந்திரத்தோடு ஏற்றுக்கொள்ளப்பட்டு எழுத்துபூர்வமாக ஏற்றுக்கொள்ளப்பட்டு இருந்தால் மட்டும் வெளியேற்றலாம்.

(f) மறுவாழ்வு திட்ட இடத்தில், வசதிகளும், நில ஒப்படைப்பும் செய்யப்படாதவரை வன உரிமை இடத்தை விட்டு வெளியேற்றக்கூடாது.

வனவிலங்கு சரணாலயம் தேசிய பூங்காக்களுக்கு என குடியமர்த்தப்பட்ட பகுதியை வேறு எந்தப் பயன்பாட்டுக்கு மாற்றுவதை சட்டம் தடை செய்கிறது.

3. 2005ஆம் ஆண்டு டிசம்பர் 13ஆம் தேதிக்கு முன்பாக காடுகளில் வசிக்கும் அங்கு ஆக்கிரமித்து விவசாயம் செய்து வரும் நிலங்களுக்கு இச்சட்டம் பொருந்தும்.

காடுகளில் வசிக்கும் பழங்குடியினர் மற்றும் காடுகளில் பாரம்பரியமாக வசித்து வரும் சமூகத்தினர் எந்த மாநிலம் அல்லது யூனியன் பிரதேசத்தை சார்ந்தவர்களாக இருந்தாலும், அவர்களுக்கு புதிய சட்டத்தின் கட்டுப்பாடுகள் பொருந்தும்.

4. இச்சட்டத்தின் துணைப்பிரிவு (1)ன்படி ஒவ்வொரு குடும்பத்திற்கும் ஒதுக்கப்படும் நிலத்தை பரம்பரையாக பயன்படுத்தி கொள்ளலாமே தவிர, பிறகுக்கு மாற்றவோ, விற்கவோ அனுமதி இல்லை.

இந்நிலம் மனைவி மற்றும் குடும்ப உறுப்பினர்கள் பெயரில் கூட்டாகவே பதிவு செய்யப்படும். தனி நபரையும் குடும்பத்திற்கு தலைமை வகிக்கும் நபரது பெயரே பதிவு செய்யப்படும். நேரடி வாரிசு இல்லை எனில் அடுத்த வாரிசுக்கு வழங்கப்படும்.

5. வனங்களில் வசிக்கும் ஒருவர் அங்கீகரிக்கப்படும் வரையிலும், அதற்காக ஆய்வு முடியும் வரையிலும்

காடுகளில் உள்ள பழங்குடி மக்கள், பாரம்பரியமாக வசிப்போர் அங்கிருந்து மாற்று இடத்திற்கு அனுப்பி வெளியேற்ற முடியாது.

வன உரிமைகள் அங்கீகரிப்புக்கான சட்டத்துறை பிரிவுகள்(1) குறிப்பிட்டுள்ள நிலங்கள்(எ) துணைப்பிரிவு (1) 3ன் கீழ் இச்சட்டம் அமலாகும் நாளிலிருந்து தனிநபர் அல்லது ஒரே குடும்பத்தினர் அல்லது ஒரே சமூகத்தினர் பயன்படுத்திவந்த நிலத்தின் அளவு 4 ஹெக்டேருக்கு மிகாமல் கட்டுப்பாட்டுக்கு கொண்டு வரப்படும்.

6. வனப்பாதுகாப்பு 1980இல் சொல்லப்பட்டுள்ள மதிப்பீட்டுத் தொகை, வன பகுதிக்காக அழிப்பிற்காக செலுத்தப்பட வேண்டிய இழப்பீடு தொகை உள்ளடக்கிய அனைத்து தடைகள் மற்றும் நடைமுறை விதிமுறைகளுக்கு விலக்காகிறது. இச்சட்டத்தில் குறிப்பிட்டுள்ளவை தவிர வேறு எந்தவித நிபந்தனைகளுமின்றி வன உரிமைகள் காக்கப்படும்.

7. பட்டியலிடப்பட்ட பழங்குடியினர் மற்றும் வனம் சார்ந்து வாழ்பவரிடமிருந்து வளர்ச்சி திட்டங்களுக்காக மாற்று நிலம் வழங்காமல் அரசு கையகப்படுத்திய அவர்களது குடியிருப்பு மற்றும் விவசாய நிலங்களை கையகப்படுத்திய 5 ஆண்டுகளுக்குள் குறிப்பிட்ட நோக்கத்திற்காக பயன்படுத்தவில்லை எனில் அந்நிலங்களை மீண்டும் பெறும் உரிமை வழங்கப்படுகிறது.

வன உரிமை பெற்றவர்கள், கிராம சபை மற்றும் கிராம அளவிலான அமைப்புகள் இந்த சட்டத்தின் அடிப்படையில் கீழ்க்காணும் செயல்களை நிறைவேற்றும் அதிகாரம் அளிக்கப்படுகிறது.

(a) கானுயிர், காடுகள் மற்றும் பல்லுயிர் பாதுகாக்க.

(b) தங்கள் பகுதிகளை இணைந்த நீர்பரப்பு பகுதி நீராதாரங்கள் மற்றும் அழியும் அபாயத்தில் உள்ள சூழலை போதுமான அளவு பாதுகாக்க.

(c) பட்டியலிடப்பட்ட பழங்குடியினர் மற்றும் பாரம்பரிய வனத்தை சார்ந்து வாழ்கின்ற வாழ்விடங்கள் அவர்களின் கலாச்சாரம் மற்றும் இயற்கை மேன்மைக்கு பாதிக்கப்படும் விதத்திலான பாழ்படுத்தும், நடைமுறைகளிலிருந்து பாதுகாப்பது.

(d) வனங்களையும் வன ஆதாரங்களையும் கானுயிர் பல்லுயிர்கள் இவற்றை எதிர்மறையாக பாதிக்கக்கூடிய நடைமுறைகளை தடுத்து நிறுத்துவதற்காக கிராம சபையில் எடுக்கப்பட்ட தீர்மானத்தை நடைமுறைப்படுத்துவது, மற்றும் சமூக வன வளங்களை முறையற்ற விதத்தில் உபயோகப்படுத்துவதை முறைப்படுத்தவும்.

அத்தியாயம் IV

அதிகாரம் மற்றும் வழிமுறைகள்

IV 1. காடுகளின் மீதான உரிமைகளை அங்கீகரிக்கும் சட்டம் 2006-ன் படி கிராம சபைக்கு வனப்பகுதிகளை ஒதுக்கும் அதிகாரம் தரப்பட்டுள்ளது. குறிப்பாக வனங்களில் வசிக்கும் தனி நபர்கள் பழங்குடியினர் பாரம்பரியமாக வசிப்போருக்கு நிலங்களை ஒதுக்கும் அங்கீகாரத்தை இச்சட்டம் அளித்துள்ளது. இதன்படி இழப்பீடு கோரலாம். மானியம் கேட்பதற்கும் வழி வகுத்துள்ளது. இதன் அடிப்படையில் இத்தகைய உரிமைகள் தொடர்பாக கிராம சபைக்கூட்டத்தில் தீர்மானம் நிறைவேற்றி அதன் நகலை துணை வட்டார அளவிலான நிலை உள்ள குழுவிற்கு அனுப்ப வேண்டும்.

2. மேற்குறிப்பிட்ட விதத்தில் கிராம சபை கூட்டத்தில் நிறைவேற்றப்படும் தீர்மானத்தில் தனக்குப் பாதிப்பு எனக் கருதுபவர். அதுகுறித்த முறையீட்டை நடவடிக்கை எடுப்பதற்காக சப்-செக்ஷன்(3) சப்-டிவிஷனல் குழுவிற்கு அனுப்பலாம். அக்குழு இதுகுறித்து முடிவெடுக்கும். தள்ளுபடியும் செய்யலாம். இவ்வாறு சமர்ப்பிக்கப்படும் ஒவ்வொரு மனு மீதும் கிராம சபை கூட்டத்தில் தீர்மானம் நிறைவேற்றப்பட்ட நாளிலிருந்து 60 நாட்களுக்குள் நடவடிக்கை எடுக்க வேண்டும். இவ்வாறு முடிவெடுக்கப்படாத மனு குறித்து பாதிக்கப்பட்ட நபருக்கு தன்னுடைய வாதத்தை விளக்குவதற்கு சரியான சந்தர்ப்பம் அளிப்பது அவசியமாகும்.

3. மாநில அரசு துணை வட்டார அளவிலான குழு ஒன்றை அமைக்க வேண்டும். இக்குழுவே கிராமசபை கூட்ட தீர்மானங்கள் வன உரிமைகள் அளிப்பதற்காக ஆவணங்கள் குறித்து பரிசீலிக்க வேண்டும். மேலும் இத்தகைய மனுக்களை மாவட்ட நிலையிலான குழுவிற்கு இறுதி முடிவெடுக்க துணை வட்டார நிலையில் உள்ள அதிகாரி அனுப்பும் விதத்தில் நடைமுறை அமைய வேண்டும்.

4. சப்-டிவிஷனல் குழுவின் முடிவால் பாதிக்கப்படும் எந்த நபரும் தன்னுடைய மனுவை மாவட்ட நிலையிலான குழு பரிசீலித்து தள்ளுபடி செய்யலாம். எந்தவொரு மனுவும் நேரடியாக மாவட்ட நிலையிலான குழுவிற்கு அனுப்பாமல் கிராம சபை கூட்டத்தின் தீர்மானத்திற்கு எதிரான எந்த மனுவும் துணை வட்டார அளவிலான குழு மூலமே அனுப்ப வேண்டும். எந்த மனுவையும் தள்ளுபடி செய்வதற்கு முன்பே பாதிக்கப்பட்ட நபருக்கு தன் நிலையை விளக்குவதற்கு உரிய சந்தர்ப்பம் அளிப்பது முக்கியமாகும்.

5. மாநில அரசு மாவட்ட நிலையிலான குழுவை அமைத்து, சப்-டிவிஷனல் லெவல் குழு பரிந்துரைக்கும் வன உரிமை களுக்கான ஆவணங்கள் மீது முடிவெடுக்க வேண்டும்.

6. வன உரிமைகள் தொடர்பாக மாவட்ட நிலையிலான குழு எடுக்கும் முடிவே இறுதியானது. முடிவானது.

7. வன உரிமைகள் அங்கீகாரம், வனங்கள் குறித்து கண்காணித்து பரிந்துரைப்பதற்கு மாநில நிலையிலான கண்காணிப்புக்குழுவை மாநில அரசு அமைக்க வேண்டும். இக்குழுவுக்கு அனுப்பப்படும் அறிக்கைகளை ஆய்வு செய்து அறிக்கை தரும் முன்னோடி அமைப்பாக அது செயல்பட வேண்டும்.

8. சப்-டிவிஷனல் குழு மாவட்ட நிலையிலான குழு மாநில நிலையிலான கண்காணிப்பு குழுக்களின் மாநில அரசு வருவாய்துறை, வனத்துறை, பழங்குடியினருக்கான துறை அதிகாரிகள், உள்ளாட்சி அமைப்புகளின் பிரதிநிதிகள் மூவர் இடம் பெற வேண்டும். பழங்குடியினர் சமூகத்தை சார்ந்த இரு உறுப்பினர்கள் மேற்குறிப்பிட்ட குழுக்களில் இடம் பெறுவது அவசியமாகும். அவர்களில் ஒருவர் மகளிராக இருக்க வேண்டும்.

9. சப்-டிவிஷனல் குழு, மாவட்ட நிலையிலான கண்காணிப்பு குழு உள்ளிட்டவை கடைப்பிடிக்க வேண்டிய நடைமுறைகள், இக்குழுக்கள் செயல்பட வேண்டிய முறைகள் குறித்து இச்சட்டத்தில் கூறப்பட்டுள்ளது.

அத்தியாயம் V

குற்றங்களும், அபராதங்களும்

VII. எந்தவொரு அதிகார அமைப்போ அல்லது குழுவோ அல்லது அலுவலரோ அல்லது மேற்கூறிய அதிகார அமைப்பு அல்லது குழுவில் இடம் பெற்றுள்ள உறுப்பினரோ இச்சட்டத்தில் கூறப்பட்டுள்ள வன உரிமையை அங்கீகரிக்கும் எந்தவொரு அம்சத்துக்கோ அல்லது விதிகளுக்கோ முரணாக நடந்தால், இச்சட்டத்தின் அடிப்படையில் அது / அவர்கள் தவறு இழைத்தவர்கள் எனக் கருதப்பட்டு குற்ற நடவடிக்கைக்கு ஆளாக நேரிடுவதுடன் அவர்களுக்குரிய தண்டனையாக ரூபாய் ஆயிரம் வரை செலுத்த நேரிடும். இருப்பினும் மேற்கூறிய அதிகார அமைப்பின் அல்லது குழுவின் உறுப்பினர்கள் அல்லது துறை தலைவர்கள் தங்கள் கவனத்திற்கு அப்பாற்பட்டு தவறு நிகழ்ந்ததாகவோ அல்லது தாங்கள் எந்தவிதத் தவறும் நிகழாவண்ணம் கவனமுடன் செயல்பட்டதாகவும் நிரூபிக்கும் பட்சத்தில் இந்தப் பிரிவில் கூறப்பட்டுள்ள தண்டனை அவர்களுக்குப் பொருந்தாது.

VIII. வனத்தைச் சார்ந்து வாழும் பட்டியலிடப்பட்ட பழங்குடி இனத்தவர் எவரேனும் கிராமசபை தீர்மானத்தின் மேலுள்ள தனது முறையீட்டைக் குறித்தோ அல்லது ஒரு கிராமசபை தனது தீர்மானத்தின் மூலம் தமக்கு மேல் செயல்படும் அதிகார அமைப்பு குறித்தோ, மாநில அளவிலான கண்காணிப்புக்குழுவிற்கு 60 நாட்களுக்குக் குறையாமல் புகார் அளித்திருந்தும், மேற்படி கண்காணிப்புக் குழு எந்தவித நடவடிக்கையும் எடுக்கவில்லையென்று தெரிந்தால் மட்டுமே, நீதிமன்றம் இச்சட்டத்தின் 7வது பிரிவில் கூறப்பட்டுள்ள அம்சத்தின்படி நடவடிக்கை எடுக்கவேண்டும்.

அத்தியாயம் VI

இதர வகைகள்

IX. இந்த சட்டப்படி பிரிவு 4-ல் கூறப்பட்டுள்ள அதிகாரங்களின் அடிப்படையில் நியமிக்கப்பட்ட அதிகார அமைப்பு (அல்லது) அலுவலர் இந்திய குற்றவியல் சட்டம் 21ஆம் பிரிவின்படி பொது நல ஊழியர் எனக் கருதப்படுவார்.

X. 1. இந்த சட்டத்தின் கீழ் ஒரு நல்ல நோக்கத்தோடு அல்லது நோக்கத்தை நிறைவேற்றும் பொருட்டு செயல்படும் மத்திய அரசு மாநில அரசு ஊழியர்கள் மீது எவ்வித வழக்கு தொடரவோ, தண்டனைகள் அளிக்கப்படவோ (அல்லது) சட்டரீதியான நடவடிக்கை எடுக்கவோ இயலாது.

2. இந்த சட்டத்தின் கீழ் ஒரு நல்ல நோக்கத்தோடு (அல்லது) நோக்கத்தை நிறைவேற்றும் பொருட்டு செயல்பட்டதன் விளைவாக ஏற்பட்ட இழப்புகளுக்கு (அல்லது) ஏற்படவிருக்கும் இழப்புகளுக்கு மத்திய மாநில அரசு அதிகாரிகள் மீது வழக்கு தொடர்பவருக்கு தண்டனை அளிக்கப்படும். சட்டரீதியான நடவடிக்கை எடுக்க இயலாது.

3. இச்சட்டத்தில் IV பிரிவு கூறப்பட்டுள்ள அதிகார அமைப்பைச் சேர்ந்த தலைவர், உறுப்பினர்கள், உறுப்பினர் செயலர், அலுவலர்கள் மற்றும் பிற ஊழியர்கள் மீது நல்ல நோக்கத்தோடு செய்யப்பட்ட (அ) செய்யவிருக்கும் எந்த செயலுக்கும் வழக்குகளோ, சட்டப்பூர்வமான நடவடிக்கையோ மேற்கொள்ள முடியாது.

முன்னோடி நிறுவனம்

XI. பழங்குடியினர் தொடர்பான விஷயங்களை கவனிக்கும் மத்திய அரசுத்துறை அல்லது இது தொடர்பான அதிகாரி அல்லது மத்திய அரசு அங்கீகரித்த ஆணையம், வனச்சட்டக் கூறுகளை அமல்படுத்தும் முன்னோடி அமைப்பாக செயல்படலாம்.

XII. சட்டப்பிரிவு IVல் கூறப்பட்டுள்ள அதிகார அமைப்பானது இச்சட்டத்தின் அடிப்படையில் தங்கள் கடமைகளையும், அதிகாரங்களையும் பயன்படுத்தும் போது மத்திய அரசாங்கத்தால் எடுத்தது மூலம் அவ்வப்போது வழங்கப் படும் சிறப்பு, வழிகாட்டு நெறிகளின் அடிப்படையாக செயல்பட வேண்டும்.

XIII. இச்சட்டத்தில் கூறப்பட்டுள்ள அனைத்து அம்சங்களும், ஏற்கெனவே நடைமுறையில் இருக்கிற(பஞ்சாயத்து சட்டம் 1996 அட்டவணை பகுதிக்கான விரிவாக்கம்) இந்த சட்டத்திற்கு மாறாகவோ, (அ) இது போன்ற நடைமுறையில் இருக்கும் எந்த சட்டத்திற்கும் எதிரான தகவலாக இல்லாமல் அச்சட்டங்களின் கூடுதல் அம்சங்களாக கருதப்படும்.

XIV. 1. முறைப்படியான அறிவிப்பின்படியும் ஏற்கெனவே அறிக்கை வெளியிடப்பட்டிருந்தால் அதன் அடிப்படையில் மத்திய அரசாங்கம் இச்சட்டத்தை நடைமுறைப்படுத்துவதற்கான விதிகள் வகுக்கலாம்.

2. குறிப்பாக மேற்சொல்லப்பட்டுள்ள அதிகாரங்களுக்கு அப்பாற்பட்டு இந்த விதிகள் கீழ்க்காணும் விளக்கங்கள் அனைத்தையும் குறிப்பாக சிலவற்றை உள்ளடக்கிய விதிகள் வகுக்கப்பட்டு இருக்க வேண்டும்.

(a) பிரிவு 6ல் கூறப்பட்டுள்ள நடைமுறைகள் செயல்படுத்து வதற்கான நடைமுறை விளக்கங்கள்.

(b) பிரிவு 6ல் உட்பிரிவு(1)ல் கூறப்பட்டுள்ள வன உரிமையை அனுபவிப்பதற்காக அளிக்கப்படும் நிலம் கேட்பு, மறுக்க பெறுவதற்கும், உறுதி செய்வதற்கும், அதனடிப்படையில் பகுதியின் எல்லையை வரையறுக்கும் வரைபடம் தயாரிப் பதற்குமான வழிமுறைகளையும் உட்பிரிவு(2)ல் கூறப் பட்டுள்ள கமிட்டியில் மறுலை அளிப்பதற்கான வழிமுறை களையும் நடத்தைவிதிகள் தெரிவிக்க வேண்டும்.

(c) பிரிவு 6 உட்பிரிவு 8 அடிப்படையில் உள்ள கமிட்டிக ளுக்கு நியமிக்கப்பட வேண்டிய 1. கோட்ட அளவிலான கமிட்டி. 2. மாவட்ட அளவிலான கமிட்டி. 3. மாநில அளவிலான கண்காணிப்பு கமிட்டி, வருவாய்துறை,

வனத்துறை மற்றும் பழங்குடியினர் நலத்துறை அதிகாரிகள் எந்தெந்த குழுக்களில் எந்த மட்டத்திலிருந்து எந்தெந்த குழுக்களில் நியமிக்கப்பட வேண்டும் என்பதற்கு வழிகாட்டி நெறி வகுக்கப்பட வேண்டும்.

(d) பிரிவு 6 உட்பிரிவு(9)-ன் கீழ் கூறப்பட்டுள்ள பொறுப்புகள் நடைமுறை படுத்துவதற்காக அமைக்கப்படும். 1. கோட்ட அளவிலான குழு 2. மாவட்ட அளவிலான குழு. 3. மாநில அளவிலான கண்காணிப்பு குழு எப்படி அமைந்திருக்க வேண்டும், அவற்றின் பொறுப்புகள் என்னென்ன என்பதை வரையறை செய்ய வேண்டும்.

(e) இவை தவிர வேறு எந்த தேவை ஏற்படினும் அதற்கான நடத்தை நெறிமுறைகள்.

3. இச்சட்டத்தை நடைமுறைப்படுத்துவதற்காக உருவாக்கப் படும் நெறிமுறைகள் பாராளுமன்றத்தின் இரு அவை களாலும் ஏற்கப்படவோ, திருத்தப்படவோ, மாற்றி அமைக்கப்படவோ, நிராகரிக்கப்படவோ, அதிகாரமுண்டு. இரு அவைகளிலும் இவ்விதிகளுக்கு ஒப்புதல் தரப்பட்ட பிறகே இவ்விதிகள் அமலுக்கு வரும்.

திருத்தப்பட்ட விதிகள் 2012

(இந்திய அரசிதழில் வெளியிடப்படவிருக்கும்)

சிறப்புப் பகுதி II

பிரிவு 3, துணைப்பிரிவு (i)

1 ஜனவரி 2008 தேதியிடப்பட்டது 6 செப்டம்பர் 2012 திருத்தங்களுடன்

இந்திய அரசு
பழங்குடித் துறை அமைச்சகம்
புது டெல்லி, 1 ஜனவரி 2008.

அறிவிக்கை

இந்திய அரசிதழின் பகுதி 2, பிரிவு 3 துணைப்பிரிவு (1)இன் கீழிலான 19 ஜூன் 2007 தேதியிட்ட அறிவிக்கையின்படி GSR எண் 1(E) அட்டவணைக்குட்பட்ட பழங்குடியினர் மற்றும் இதர மரபு சார் வனங்களில் வசிப்போர் (வன உரிமைகள் அங்கீகரிப்பு) விதிகள், 2007 துணைப்பிரிவு(1) 14 அட்டவணைக்குட்பட்ட பழங்குடியினர் மற்றும் வனங்களில் வசிப்போர் (வன உரிமைகள் அங்கீகரிப்பு) சட்டம், 2006 (2-2007)அதே தேதியில் வெளியிடப்பட்டுள்ளதன்படி, மேற்குறித்த அறிவிக்கையை உள்ளடக்கிய அரசிதழின் நகல்கள் பொதுமக்களை அடைவதிலிருந்து முப்பது நாட்கள் காலாவதி தேதிக்கு முன்னதாக இதனால் பாதிக்கப்படக் கூடிய அனைத்து நபர்களிடமிருந்தும் பரிந்துரைகளையும் ஆட்சேபணைகளையும் வரவேற்கிறது. மற்றும் மேற்குறித்த அரசிதழின் நகல்கள் 25.06.2007-இல் பொது மக்களுக்குக் கிடைக்கச் செய்ததன்படி.

மற்றும் மேற்குறித்த வரைவு விதிகளுக்கு பொதுமக்களிடமிருந்து பெறப்பட்ட ஆட்சேபணைகள் மற்றும் பரிந்துரைகள் மத்திய அரசால் முறையாக பரிசீலிக்கப்பட்டதன்படி.

ஆகவே, தற்போது அட்டவணைக்குட்பட்ட பழங்குடியினர் மற்றும் இதர வனங்களில் வசிப்போர் (வன உரிமைகள் அங்கீகரிப்பு) சட்டம், 2006 (2-2007), துணைப்பிரிவுகள் 1 ஆகியவற்றால் ஏற்கப்பட்ட அதிகாரங்களைப் பயன்படுத்துவதில், வன உரிமைகள் மற்றும் வன நிலங்களில் தொழில் மேற்கொள்வதற்கான வனங்களில் வசிக்கும் அட்டவணைக்குட்பட்ட பழங்குடியினர் மற்றும் பிறரது உரிமைகளை அங்கீகரிப்பதற்கான

பின்வரும் விதிகளை இதன் மூலம் மத்திய அரசு அளிக்கிறது அவையாவன:-

1. குறுந்தலைப்பு விரிவு மற்றும் துவக்கம்:-

(1) இவ்விதிகள் அட்டவணைக்குட்பட்ட பழங்குடியினர் மற்றும் இதர மரபுசார் வனங்களில் வசிப்போர் (வன உரிமைகள் அங்கீகரிப்பு) விதிகள், 2007 என அழைக்கப்படலாம்.

(2) இவ்விதிகள் ஜம்மு காஷ்மீர் மாநிலம் தவிர இந்தியா முழுமைக்கும் விரிவாக்கம் பெறும். (2019-ல் இருந்து ஜம்மு காஷ்மீர் மற்றும் லடாக் யூனியன் பிரதேசத்திலும் பொருந்தும்,)

(3) இவ்விதிகள் அரசிதழில் முறையாக வெளியிடப்பட்ட தேதியிலிருந்து பயன்பாட்டிற்கு வரும்.

2. வரையறைகள்:

(1) பின்னணியின் தேவை தவிர்த்து இவ்விதிகள் பின்வருமாறு:

a) "சட்டம்" என்பது அட்டவணைக்குட்பட்ட பழங்குடியினர் மற்றும் இதர மரபுசார் வனங்களில் வசிப்போர் (வன உரிமைகள் அங்கீகரிப்பு) சட்டம், 2006 (2-2007) என்பதனைக் குறிக்கும்.

b) "உண்மையான வாழ்வியல் தேவைகள்" என்பன சட்டத்தின் பிரிவு 3 இன் துணைப் பிரிவு (1) இல் குறிப்பிட்டுள்ள ஏதேனும் உரிமைகளை தனக்கும் தன் குடும்பத்தின் வாழ்வியல் தேவைகளைப் பூர்த்திசெய்து கொள்ளவும் பயன்படுத்தும் எந்தவொரு உரிமையையும் குறிக்கும். அத்துடன் அவ்வாறு உரிமைகளைப் பயன்படுத்துகையில் உற்பத்தி உபரி பொருட்களை விற்பதையும் உட்படுத்துகிறது.

c) "பயனாளி" என்பவர் இச்சட்டத்தில் பட்டியலிடப்பட்டு அங்கீகரிக்கப்பட்டுள்ள உரிமைகளைக் கோரும் தனி நபர்களாலான குழுக்கள். குடும்பம் அல்லது சமூகமாக இருக்கலாம். (c-a) "சமூக உரிமைகள்" என்பவை சட்டத்தின் துணைப் பிரிவு (1) பிரிவு 3 இன் உட்பிரிவு (b), (c), (e), (i), (j), (k)) மற்றும் (i) ஆகியவற்றில் பட்டியலிடப்பட்டுள்ள உரிமைகளாகும்.

d) "சிறு வனவிளை பொருட்களை விற்றல்" (அகற்றுதல் எடுத்துச் செல்லுதல்) என்பது உட்பிரிவு (ம) துணைப்பிரிவு (1) பிரிவு (3) இன்படி தனி நபர் அல்லது கூட்டுத் தயாரிப்பு, வன விளைபொருட்கள் சேகரிப்பு, மதிப்புக் கூட்டுதல் மற்றும் போக்குவரத்தை போதிய முறைகளைக் கொண்டு வனத்துக்குள்ளும் வெளியிலும் சேகரிப்பாளர்களால் தங்களது கூட்டுறவு மையங்கள் அல்லது துணை அமைப்புகளின் மூலமாக தங்கள் வாழ்வாதாரத்திற்காக பயன்படுத்த விற்றுக் கொள்ளுதலாகும்.

விளக்கம்;-

1) சிறு வன விளைபொருட்கள் போக்குவரத்துக்கான போக்குவரத்து அனுமதி என்பது கிராமசபையால் அங்கீகரிக்கப்பட்ட நபர் அல்லது விதி 4, துணை விதி (1) உட்பிரிவு (e)-இன் கீழ் கட்டமைக்கப்பட்டு திருத்தியளிக்கப்பட்ட குழுவினரால் வழங்கப்படுவது.

2) சிறு வன விளைபொருட்களை விற்கும் உரிமையை இந்த போக்குவரத்து அனுமதி எனும் நடைமுறைத்தேவை எந்த விதத்திலும் கட்டுப்படுத்தவோ சுருக்கவோ செய்யாது.

3) சிறு வன விளைப் பொருட்களின் சேகரிப்புக்கு எந்த விதமான கட்டணமோ, காப்பீடோ (ராயல்டி) பொருந்தாது.

(e) "வன உரிமைகள் குழு" என்பது விதி 3 இன் கீழ் கிராம சபையால் கட்டமைக்கப்பட்ட ஒரு குழுவாகும்.

f) "பிரிவு" என்பது சட்டத்தின் பிரிவைக் குறிக்கும்.

(2) இவ்விதிகளில் பயன்படுத்தப்பட்டு வரையறுக்கப்படாத சொற்பிறயோகங்கள் சட்டத்தில் வரையறுக்கப்பட்டிருக்குமானால் அதன் கீழ் தரப்பட்டுள்ள பொருளுக்கு உட்படும்.

2 A. குக்கிராமங்கள் அல்லது குடியிருப்புகளைக் கண்டறிந்து அவற்றைத் தொகுக்கும் நடைமுறைகளைச் செய்தல்:-

மாநில அரசு பின்வருவனவற்றை உறுதி செய்துகொள்ள வேண்டும்.

(a) ஒவ்வொரு பஞ்சாயத்தும் தனது எல்லைகளுக்குட்பட்ட பகுதிகளில் பதிவுசெய்யப்படாத, அளவீடு செய்யப்படாத

குடியிருப்புகள்/ வன குடியிருப்புகள் /வனசிற்றூர்கள், வருவாய் அல்லது வனகிராமத்தின் முறையான பதிவின் பகுதியாக இல்லாதிருப்பின் கண்டறிந்து குக்கிராமங்கள் அல்லது குடியிருப்புகளின் பட்டியலைத் தயாரித்து தொடர்புடைய கிராமசபைக் கூட்டத்தில் சட்டத்தின்படி தீர்மானம் நிறைவேற்றி பட்டியலை உட்கோட்ட அளவிலான குழுவினரிடம் சமர்ப்பிக்க வேண்டும்.

(b) மேற்படி குழுவின் உட்கோட்ட அலுவலர்கள் தற்போது எந்த சிற்றூரிலும் வராத அதே சமயம் கிராம பஞ்சாயத்துத் தீர்மானத்தின் மூலம் சிற்றூராக ஏற்கப்பட்டு ஏற்கெனவே உள்ள கிராமங்களின் பட்டியலில் இணைக்கப்பட்டோ அல்லது அந்தந்த மாநில சட்டங்களில் கூறப்பட்டுள்ள நடைமுறைகளின் கீழ்வரும் குக்கிராமங்கள் அல்லது குடியிருப்புகளின் பட்டியல், பொதுக் கருத்துகள் இருப்பின் பரிசீலித்து மாவட்ட அளவிலான குழுவால் இறுதி செய்யப்பட்ட வேண்டும்.

(c) இவ்வாறு குக்கிராமங்கள் மற்றும் குடியிருப்புகளின் பட்டியல் இறுதி செய்யப்பட்டதற்குப் பின் இவற்றுக்கான உரிமைகள் அங்கீகரிப்பு, ஏற்கெனவே ஏற்றுக்கொள்ளப்பட்ட எவ்வித உரிமைகளும் பாதிக்கப்படாமல் நடைமுறைகள் மேற்கொள்ளப்பட வேண்டும்.

3. கிராமசபை

(1) கிராமசபைக் கூட்டங்கள் கிராமப் பஞ்சாயத்தால் நடத்தப்படும். முதல் கூட்டத்தில் குழு உறுப்பினர்களிலிருந்து பத்துக்குக் குறையாமலும் பதினைந்திற்கு மேற்படாமலும் வன உரிமைகள் குழு உறுப்பினர்களாக தேர்வு செய்யப்பட வேண்டும். இக்குழுவில் குறைந்தது மூன்றில் இரு பங்கு உறுப்பினர்கள் அட்டவணைக் குட்பட்ட பழங்குடியினராக இருத்தல் வேண்டும். (மேலும் அந்த உறுப்பினர்களில் மூன்றில் ஒரு பங்கு மகளிராக இருத்தல் வேண்டும். தவிர அட்டவணைக்குட்பட்ட பழங்குடியினர் இல்லாத நிலையில் அந்த உறுப்பினர்களில் மூன்றில் ஒரு பங்கு மகளிராக இருக்க வேண்டும்.

(2) வன உரிமைகள் குழுவானது ஒரு தலைவர் மற்றும் செயலாளரைத் தேர்வு செய்து கோட்ட அளவிலான குழுவிற்கு தெரியப்படுத்த வேண்டும்.

(3) வன உரிமைகள் குழுவின் உறுப்பினர் ஒருவர் தனிநபர் வன உரிமை கோருபவராக இருப்பின் குழுவிடம் அதனைத் தெரிவிப்பதோடு அவரது கோரிக்கை ஆய்ந்து பரிசீலிக்கப்படும் நடைமுறைகளில் பங்கேற்காதிருக்க வேண்டும்.

(4) வன உரிமைகள் குழு அட்டவணைக்குட்பட்ட பழங்குடியினர் மற்றும் இதர மரபு சார் வனங்களில் வசிப்போர் (வன உரிமைகள் அங்கீகரிப்பு) திருத்த விதிகள் 2012 நடைமுறைக்கு வரும் முன் கோரப்பட்டவற்றை மீண்டும் பரிசீலிக்கக் கூடாது.

4. கிராமசபையின் பணிகள்

(1.) கிராம சபையானது:-

(a) வன உரிமைகளின் தன்மை மற்றும் எல்லையை நிர்ணயிக்கும் நடைமுறைகளை முன்னெடுப்பதோடு உரிமைக் கோரிக்கைகளை கேட்டுப் பெறவேண்டும்.

(b) மத்திய அரசு ஆணையில் நிர்ணயிக்கப்பட்டபடி வன உரிமைகளைக் கோரும் நபர்கள் மற்றும் கோரிக்கைகளை பட்டியலாகத் தயாரித்து இந்த விவரங்களை பதிவேடாகப் பராமரிக்க வேண்டும்.

(c) விருப்பமுள்ள நபர்கள் மற்றும் தொடர்புடைய அதிகாரிகளுக்கு தகுந்த வாய்ப்புகளை வழங்கிய பின் வன உரிமைகள் சார்ந்த கோரிக்கைகள் மீது தீர்மானம் நிறைவேற்றுவதோடு அதனை துணைக் கோட்ட அளவிலான குழுவுக்குப் பரிந்துரைக்க வேண்டும்.

(d) சட்டப்பிரிவு4, துணைப்பிரிவு (2), பிரிவு (e) இன் கீழ் மீள் குடியேற்றத்திட்டத்தொகுப்பை பரிசீலனை செய்த தகுந்த நிர்மாணங்களை நிறைவேற்ற வேண்டும், மற்றும்

(e) சட்டப்பிரிவு 5இன் கூறுகளை நடைமுறைப்படுத்த மற்றும் உறுப்பினர்களிலிருந்து குழு ஒன்றினைக் கட்டமைத்து வன

உயிரினங்களையும் வனம் மற்றும் பல்லுயிர்ப் பெருக்கத்தினையும் பாதுகாத்திட வேண்டும்.

(f) பிரிவு (e) இன் கீழ் கட்டமைக்கப்பட்ட குழுவினை கண்காணித்து கட்டுப்படுத்தி சமூகத்துக்கான வன வளங்களும் பாதுகாத்து மேலாண்மை செய்யும் திட்டம் உருவாக்கப்படவேண்டும். இது அட்டவணைக்குட்பட்ட பழங்குடியினர் மற்றும் வனங்களில் வசிக்கும் மரபு சார் வனங்களில் வசிப்போர் ஆகியோரது பயனுக்காக சமூக வன வளங்களைத் தக்கவைக்கவும் சம மேலாண்மை செய்யவும் உதவும். இத்திட்டம் வனத்துறையின் மேலாண்மைத் திட்டங்களின், நுண் மற்றும் நடப்புத் திட்டங்களுடன் ஒருங்கிணைக்கப்பட்டு குழுவால் தேவை என்று கருதபடுமிடத்து திருத்தங்களோடு செயல்படுத்தப்பட வேண்டும்.

(g) வனப் போக்குவரத்து அனுமதி சார்ந்த சிக்கல்கள், உற்பத்திப்பொருள் விற்பனை மூலம் கிட்டும் வருவாயைப் பயன்படுத்துதல் அல்லது மேலாண்மைத் திட்டங்களில் திருத்தங்கள் செய்தல் போன்றவற்றில் குழுவின் அனைத்து முடிவுகளை அங்கீகரித்தல்.

(2) கிராம சபை வட்டங்களில் குழு உறுப்பினர்களின் கோரும் அனைத்து உறுப்பினர்களின் சரிபாதிக்குக் குறைவுறாமல் இருக்க வேண்டும்; அத்துடன் வருகை தந்திருக்கும் உறுப்பினர்களில் குறைந்தபட்சமாக மூன்றில் ஒரு பங்கு பேர் பெண்களாக இருத்தல் வேண்டும்.

அத்துடன் வன உரிமைக் கோரிக்கைகள் ஏதேனும் தீர்மானமாக நிறைவேற்றப்பட வேண்டும் எனில் வன உரிமைகள் கோருவோரில் குறைந்தபட்சம் 50 % பேரோ அப்பகுதி அவர்களது பிரதிநிதிகளோ வருகை தந்திருக்க வேண்டும். அத்துடன் அத்தகு தீர்மானங்கள் வருகை தந்து வாக்களிப்போரின் பெரும்பான்மையால் நிறைவேற்றப்பட வேண்டும்.

3) மாநில அரசு அதிகாரிகளிடமிருந்து கிராமசபைக்கு போதிய உதவிகள் வழங்கப்பட வேண்டும்.

5) துணைக் கோட்ட அளவிலான குழு:-

மாநில அரசு பின்வருமாறு துணைக்கோட்ட அளவிலான குழுவைக் கட்டமைக்க வேண்டும்:-

(a) துணைக்கோட்ட அலுவலர் வட்டாட்சியர் அல்லது இணையான அலுவலர் தலைவர்.

(b) ஒரு துணைக் கோட்டத்தின் பொறுப்பிலுள்ள வன அலுவலர் அல்லது இணையான அலுவலர் உறுப்பினர்.

உ) மாவட்ட பஞ்சாயத்தால் முன் மொழியப்பட்ட வட்டார/ தாலுக்கா அளவிலான பஞ்சாயத்துகளிலிருந்து மூன்று உறுப்பினர்கள். இவர்களில் குறைந்தது இருவர் வனங்களில் வசிக்கும் அட்டவணைக்குட்பட்ட பழங்குடியினராக இருத்தல் விரும்பத்தக்கது; அட்டவணைக்குட்பட்ட பழங்குடியினர் இல்லாத இடத்தில் ஆதிப் பழங்குடிக் குழுக்களிலிருந்து தேர்ந்தெடுக்கலாம். இரண்டு உறுப்பினர்கள் இதர மரபு சார் வனங்களில் வசிப்போராகவும் ஒருவர் பெண்ணாகவும் இருத்தல் வேண்டும் அல்லது அரசியல் அமைப்பின் ஆறாவது அட்டவணையின் கீழ்வரும் பகுதிகளாயின் மாவட்ட தன்னாட்சிக் குழு பிராந்தியக் குழு அல்லது தகுந்த பிற மண்டல அளவில் முன்மொழியப்பட்ட மூன்று உறுப்பினர்கள் தேவை; இவர்களில் குறைந்தது ஓர் உறுப்பினர் பெண்ணாக இருத்தல் வேண்டும்; அத்துடன்,

(d) துணைக்கோட்ட பொறுப்பினுள்ள பழங்குடி நலத்துறை அலுவலர், அத்தகைய அதிகாரி இல்லாதபோது, பழங்குடி விவகாரங்களில் பொறுப்பிலுள்ள அலுவலர்.

6. துணைக் கோட்ட அளவிலான குழுவின் பணிகள்:-

துணைக்கோட்ட அளவிலான குழுவானது (SDLC)

(a) கிராம சபைக்கு வன உரிமைகள் வைத்திருப்போராக அவர்களது கடமைகள் குறித்த தகவல்களைத் தருதல், வன உயிரினங்கள் பாதுகாத்தல் வனம் மற்றும் பல்லுயிர் பெருக்கும் குறிப்பாக அழியும் நிலையிலுள்ள தாவரங்கள் மற்றும் நீர் வாழ் உயிரினங்கள் பாதுகாத்துத் தக்க வைக்கப்படத் தேவையான தகவல்களை தருதல்.

(b) கிராமசபை அல்லது வன உரிமைகள் குழுவுக்கு வனம் மற்றும் வருவாய் துறை வரைபடங்கள் மற்றும் தேர்வு உறுப்பினர் பட்டியல்களை வழங்குதல்; தொடர்புடைய கிராமசபைகளின் அனைத்துத் தீர்மானங்களையும் தொகுத்தல்

(c) கிராம சபைகளால் அளிக்கப்பட்ட வரைபடங்களையும் விவரங்களையும் தொகுத்தல்.

(d) கிராம சபைகளின் வரைபடங்கள், தீர்மானங்களை ஆராய்ந்து கோரிக்கைளின் நம்பகத்தன்மையை உறுதிப்படுத்தல்.

(e) கிராமசபைகளுக்கிடையே வன உரிமைகளின் தன்மை மற்றும் விரிவாக்கம் சார்ந்த வழக்குகளைக் கேட்டு நீதி வழங்குதல்.

(f) கிராமசபை நிர்மாணங்களால் அதிருப்தியுற்ற நபர்கள் மற்றும் மாநில அமைப்புகளிடமிருந்து மனுக்களையும் பெறுதல்.

(g) துணைக் கோட்டங்களுக்கிடையேயான கோரிக்கைகளில் பிற குழுக்களுடன் ஒருங்கிணைதல்.

(i) உத்தேசிக்கப்பட்ட வன உரிமைகளின் வட்டார தாசில் அளவிலான வரைவு ஆவணத்தை அரசுப் பதிவுகளின் மறு சீராய்வுக்குப் பின் தயாரித்தல்.

(j) உத்தேசிக்கப்பட்ட வன உரிமைகள் வரைவு ஆவணத்துடனான கோரிக்கைகளை துணைக்கோட்ட அதிகாரி மூலமாக மாவட்ட அளவிலான குழுவின் இறுதி முடிவுக்குப் பரிந்துரைக்க வேண்டும்.

(k) சட்டத்தின் கீழ் மற்றும் விதிகளில் கூறப்பட்டுள்ள நோக்கங்கள், நடைமுறைகள் குறித்து வனங்களில் வசிப்போரிடையே விழிப்புணர்வை ஏற்படுத்த வேண்டும்.

l) இவ்விதிகளின் இணைப்பு-I (படிவங்கள் A,B,C)-இல் கூறப்பட்டுள்ளபடி உரிமைகள் கோருவோருக்கான முறையான படிவங்கள் எளிதாகவும் தாராளமாகவும் கிடைப்பதை உறுதி செய்ய வேண்டும்.

m) கிராம சபையின் கூட்டங்கள் போதிய வரவோடு சுதந்திரமான திறந்த முறையில் நடத்தப்படுவதை உறுதி செய்ய வேண்டும்.

7. மாவட்ட அளவிலான குழு:

மாநில அல்லது மாவட்ட அளவிலான குழுவை பின்வருமாறு உறுப்பிர்களைக் கொண்டு கட்டமைக்க வேண்டும்:-

(a) மாவட்ட ஆட்சியர் அல்லது துணை ஆணையர் - தலைவர்;

(b) சம்பந்தப்பட்ட கோட்ட வன அதிகாரி அல்லது உதவி வனப் பாதுகாவலர் - உறுப்பினர்;

(c) மாவட்ட ஊராட்சியால் அதே மாவட்ட ஊராட்சியிலிருந்து தேர்ந்தெடுக்கப்பட்ட மூன்று உறுப்பினர்கள் அவர்களில் குறைந்தது இருவர் வனங்களில் வசிக்கும் அட்டவணைக்குட்பட்ட பழங்குடியினராகவோ அல்லது ஆதி பழங்குடிக் குழுக்களின் உறுப்பினர்களாகவோ இருத்தல் விரும்பத்தக்கது. அட்டவணைக்குட்பட்ட பழங்குடியினர் இல்லாத போது இரு உறுப்பினர்கள் இதர வனங்களில் வசிப்போராகவும், ஒருவர் பெண்ணாகவும் இருத்தல் விரும்பத்தக்கது; அல்லது அரசியல் அமைப்பின் ஆறாவது அட்டவணைக்குட்பட்ட பகுதிகளில் தன்னாட்சி மாவட்டக் குழு அல்லது பிரதேசக் குழுவால் முன் மொழியப்பட்ட மூன்று உறுப்பினர்கள், அவர்களில் குறைந்தது ஒருவர் பெண்ணாக இருத்தல் வேண்டும்; மற்றும்

(d) மாவட்டத்தின் பொறுப்பிலுள்ள பழங்குடி நலத்துறை அலுவலர், அலுவலர் இல்லாத பட்சத்தில் பழங்குடி விவகாரங்களில் பொறுப்பிலுள்ள அலுவலர்.

8. மாவட்ட அளவிலான குழுவின் பணிகள்:-

(a) மாவட்ட அளவிலான குழுவானது விதி 6 உட்பிரிவு (b) இன் கீழ் தேவையான தகவல்கள் கிராம சபை அல்லது வன உரிமைகள் குழுவுக்கு வழங்கப்படுவதை உறுதிசெய்ய வேண்டும்.

(b) சட்டத்தின் நோக்கங்களை மனதில் கொண்டு அனைத்துக் கோரிக்கைகளும் குறிப்பாக ஆதிப்பழங்குடிக் குழுக்கள், மேய்ச்சல் சமூகம் மற்றும் நாடோடிக் குழுக்கள் சார்ந்து கோரப்பட்டுள்ளதா எனப் பரிசோதிக்க வேண்டும்.

(c) துணைக்கோட்ட அளவிலான குழுவால் தயாரிக்கப்பட்ட கோரிக்கைகள் மற்றும் வன உரிமைகள் ஆவணத்தை பரிசீலித்து இறுதியாக அங்கீகரிக்க வேண்டும்.

(d) துணைக்கோட்ட அளவிலான குழுவின் ஆணைப்படி முறையீடு செய்யப்பட்ட நபர்களின் மக்களை விசாரித்தல்.

(e) மாவட்டங்களுக்கு இடையேயான கோரிக்கைகளைப் பொறுத்து பிற மாவட்டங்களோடு ஒருங்கிணைத்தல்.

(f) சம்பந்தப்பட்ட அரசு ஆவணங்களிலும் உரிமைகளுக்கான ஆவணத்திலும் வன உரிமைகளை இணைப்பதற்கான வழி காட்டுதல்களை அளித்தல்.

(g) இறுதிப்படுத்த வேண்டிய வன உரிமைகள் பதிவு பிரசுரிக்கப்படுவதை உறுதிப்படுத்துதல்.

(h) சட்ட தலைப்பின் கீழ் இவ்விதிகளின் இணைப்பு II மற்றும் III-இல் குறிப்பிட்டுள்ளபடி வன உரிமைகள் பதிவின் சான்றளிக்கப்பட்ட நகல் ஒன்று குறிப்பிட்ட மனுதாரருக்கும் அந்த கிராம சபைக்கும் அளிக்கப்படுவதை உறுதி செய்ய வேண்டும்.

(i) சட்டத் தலைப்பின் கீழ், இவ்விதிகளின் இணைப்பு IV இல் குறிப்பிட்டுள்ளபடி சமூக வன விலங்குகளுக்கான உரிமைப்பதிவின் சான்றளிக்கப்பட்ட நகல் ஒன்று சம்பந்தப்பட்ட கிராம சபை அல்லது உட்பிரிவு (ஐ) துணைப்பிரிவு (1) பிரிவு 3-இன் கீழ் அங்கீகரிக்கப்பட்ட சமூக வன வளங்கள் மீது உரிமை கோரும் சமூகத்துக்கு அளிக்கப்படுவதை உறுதி செய்ய வேண்டும்.

9. மாநில அளவிலான கண்காணிப்புக் குழு:-

மாநில அரசானது மாநில அளவிலான கண்காணிப்புக் குழுவை பின் வருமாறு உறுப்பினர்களைக் கொண்டு கட்டமைக்க வேண்டும்.

a) தலைமைச் செயலாளர்-தலைவர்;
b) செயலாளர், வருவாய் துறை- உறுப்பினர்;
c) செயலாளர், பழங்குடியினர் அல்லது சமூக நலத்துறை- உறுப்பினர்;
d) செயலாளர், வனத்துறை-உறுப்பினர்;
e) செயலாளர், பஞ்சாயத்துராஜ்-உறுப்பினர்:
f) முதன்மை வனப்பாதுகாவலர்-உறுப்பினர்;
g) பழங்குடி ஆலோசனைக் குழு தலைவரால் முன்மொழியப்பட்ட அக்குழுவில் உறுப்பினர்களாக

இருக்கும் மூன்று அட்டவணைக் குட்பட்ட பழங்குடியினர், பழங்குடி ஆலோசனைக்குழு இல்லாதபோது மாநில அரசால் முன்மொழியப்பட்ட மூன்று அட்டவணைக்குட்பட்ட பழங்குடியினர்;

h) உறுப்பினர்-செயலராக உள்ள பழங்குடி நலத்துறை ஆணையர் அல்லது அதற்கு இணையானவர்.

10) மாநில அளவிலான கண்காணிப்புக் குழுவின் பணிகள்:-

a) வன உரிமைகள் ஏற்பு மற்றும் அங்கீகரிப்பு நடைமுறைகளைக் கண்காணிக்க உரிய நிபந்தனைகளை வடிவமைக்க வேண்டும்.

b) சம்பந்தப்பட்ட மாநிலத்தில் நடைமுறையிலுள்ள வன உரிமைகள் அங்கீகரிப்பு, ஆய்வு மற்றும் ஏற்பைக் கண்காணித்தல்.

c) வன உரிமைகள் அங்கீகரிப்பு, ஆய்வு மற்றும் ஏற்ப நடைமுறைகளைக் கண்காணிக்க குறைந்தபட்சம் மூன்று மாதங்களுக்கொருமுறை கூடுதல், கள அளவிலான சிக்கல்களைப் பரிசீலித்துத் தெரியப்படுத்துதல் மற்றும் சட்டத்தின் கீழ் தேவைப்படும் நடவடிக்கைகளையொட்டி அங்கீகரிக்கப்பட்ட மனுக்களின் விவரங்கள் நிறுத்திவைக்கப்பட்ட மனுக்கள் இருப்பின் அவற்றின் நிலை மற்றும் நிராகரிப்புக்கான காரணங்கள் ஆகியவற்றோடு சட்டத்தின் இணைப்பு Vஇல் உள்ள படிவத்தில் காலாண்டு அறிக்கையைத் தயாரித்து மேற்படி மனுக்களின் நிலை குறித்த மதிப்பீட்டுக்காக மத்திய அரசுக்கு அளிக்க வேண்டும்.

d) சட்டப்பிரிவு இன் கீழ் குறிப்பிடப்பட்டுள்ள அறிக்கையை பெற்றதும் சட்டத்தின் கீழ் சம்பந்தப்பட்ட அதிகாரிகளுக்கெதிராக தகுந்த நடவடிக்கைகளை எடுத்தல்.

e) சட்டப்பிரிவு 4 இன் துணைப் பிரிவு (2)இன் கீழ் மலை குடியேற்றங்களைக் கண்காணித்தல்.

f) குறிப்பாக பிறச்சட்டப் பிரிவு 4துணைப் பிரிவு (8) பிரிவு 3 துணைப் பிரிவு (1) உட்பிரிவு (அ) இல் கூறப்பட்டுள்ள ஒதுக்கீடுகளுக்கு ஏற்ப கண்காணித்தல்.

11. கிராம சபை கோரும் உரிமைகளின் கோப்பு ஆக்கம் நிர்ணயம் மற்றும் ஆய்வுக்கான நடைமுறைகள்:-

1. கிராம சபையானது:-

a) விதிகளின் இணைப்பு-1இல் தரப்பட்டுள்ள படிவத்தில் மனுக்களுக்கு அழைப்பு விடுத்து அவற்றை ஏற்க வன உரிமைகள் குழுவிற்கு அதிகாரம் அளித்தல் வேண்டும். அழைப்பு விடுக்கப்பட்ட தேதியிலிருந்து குறைந்தது மூன்று மாதக்காலத்திற்குள் மனுச் செய்வதோடு மூன்று மாதங்களுக்குள்ளாகவே விதி 13 இன் கீழ் கூறப்பட்டுள்ளபடி குறைந்தது இரண்டு சான்றுகளை மனுவுடன் அளிக்க வேண்டும்.

அத்துடன் கிராமசபை, ஒருவேளை தேவையெனக் கருதினால் உரிய காரணங்களை எழுத்தில் பதிவு செய்தபின் மூன்று மாத காலம் என்பதை நீட்டிக்கலாம்.

b) சமூக வன வளங்களை நிர்ணயிக்கும் நடைமுறையை முன்னெடுக்கும் தேதியை முடிவு செய்து முக்கியமான விரிவாக்கங்கள் உள்ள கிராம சபைகளுக்கும் துணைக்கோட்ட அளவிலான குழுவிற்கும் அதனைத் தெரிவிக்க வேண்டும்.

2. வன உரிமைகள் குழுவானது கிராம சபையின் பணிகளில் பின்வருமாறு உதவி செய்ய வேண்டும்.

I) குறிப்பிட்ட படிவத்தில் சான்றுகளுடன் பெற்று ஏற்பளிப்பு செய்து தக்க வைத்திருத்தல்.

II) வரைபடங்கள் உட்பட மனுக்களுக்கான சான்றுப் பதிவுகளைத் தயாரித்தல்.

III) வன உரிமைகள் கோரும் மனுதாரர்களின் பட்டியலைத் தயாரித்தல்.

IV) விதிகளில் கூறப்பட்டுள்ளபடி மனுக்களை ஆய்வு செய்தல்.

V) கிராம சபையின் பரிசீலனைக்காக ஆய்வுகளின் தன்மை மற்றும் கோரிக்கைகளின் விரிவாக்கம் ஆகியவற்றை சமர்ப்பித்தல்.

3. பெறப்பட்ட ஒவ்வொரு மனுவும் வன உரிமைகள் குழுவால் முறையாக ஏற்பளிப்புச் செய்யப்பட்டு எழுத்தில் தரப்பட்டிருக்க வேண்டும்.

4. வன உரிமைகள் குழுவானது படிவம் நகல் சமூக வன உரிமைகள் மற்றும் சட்டப்பிரிவு 3, துணைப் பிரிவு (1), உட்பிரிவு (1) இன் கீழ் சமூக வனவள உரிமைகளை படிவம் Cஇன் கீழ் என மனுக்களை கிராமசபையின் சார்பில் தயாரிக்க வேண்டும்.

5. துணை விதி (2) உட்பிரிவு V இன் கீழ் ஆய்வுகளைப் பெற்றுதும் கிராம சபையானது முன்பே அறிக்கை அளித்து கூட்டம் நடத்தி வன உரிமைகள் குழுவின் ஆய்வுகளைப் பரிசீலிக்க வேண்டும். அதன் பின் உரிய தீர்மானங்களை நிறைவேற்றி அவற்றை துணைக்கோட்ட அளவிலான குழுவுக்கு பரிந்துரைக்க வேண்டும்.

6. கிராம பஞ்சாயத்து செயலர் கிராம சபைகளின் பணிகள் செயலராகவே செயல்படுவார்.

12. மனுக்களை ஆய்வு செய்யும் வன உரிமைகள் குழுவின் நடைமுறைகள்:-

1) வன உரிமைகள் குழுவானது சம்பந்தப்பட்ட மனுதாரருக்கும் வனத்துறைக்கும் முறையாகத் தெரிவித்தபின் பின் வருமாறு செயல்பட வேண்டும்.

a) உரிமை கோரப்படும் இடத்தின் தன்மை மற்றும் விரிவாக்கத்தையும் அதற்கான சான்றையும் நேரடியாகச் சென்று பார்வையிட்டு ஆய்வு செய்தல் வேண்டும்.

b) மேலதிக சான்றுகளோ பதிவோ மனுதாரர் மற்றும் சான்றாளர்களிடம் இருப்பின் பெற்றுக்கொள்ள வேண்டும்.

c) மேய்ச்சல் தொழில் புரிவோர் மற்றும் நாடோடிப் பழங்குடியினரின் உரிமைகளாயின், தனி நபரிடமிருந்தோ சமூகம் அல்லது பாரம்பரிய சமூக அமைப்போ எவ்வாறாயினும் அவர்களது பிரதிநிதிகள் முன்னிலையிலேயே ஆய்வு செய்யப்படுவதை உறுதி செய்ய வேண்டும்.

d) ஆதிப்பழங்குடிக் குழுவின் உறுப்பினர் ஒருவர் அல்லது வேளாண்மைக்கு முந்தைய சமூகக் குழுவின் வாழிட உரிமைகள் நிர்ணயம் அச்சமூகத்தினாலோ அல்லது பாரம்பரிய சமூக அமைப்பாலோ கோரப்பட்டிருந்தால் அம்மனுவானது அவர்களது பிரிதிநிதிகள் முன்னிலையிலேயே ஆய்வு செய்யப்படுவதை உறுதி செய்திட வேண்டும்; அத்துடன்,

e) ஒவ்வொரு மனுவின் இடத்தையும் கண்டறியத்தக்க அடையாளங்களோடு விளக்கும் வரைபடத்தைத் தயாரித்தல்.

f) சமூக வன வளங்களுக்கான வழமையான எல்லைகளை கிராம சபையின் பிற உறுப்பினர்களோடு தெளிவுபடுத்த வேண்டும் இப்பணியில் வழமையாக பயன்பாட்டிலிருக்கும் மேற்படி எல்லைகளை நன்கு அறிந்த வயதில் மூத்தோரை உட்படுத்த வேண்டும்.

g) விதி 13 துணை விதி (2) இல் விளக்கப்பட்டுள்ளபடி கண்டறியப்பட்ட நில அடையாளங்கள் மற்றும் வலுச் சேர்க்கும் சான்றுகள் வாயிலாக சமூக வன வளங்களுக்கான வரைபடம் ஒன்றைத் தயாரித்தல் வேண்டும். அதன் பின் மேற்படி வன வள ஆதாரங்களுக்கான மனு கிராமசபையின் பெரும்பான்மையால் நிறைவேற்றப்பட்ட தீர்மானத்தினால் அங்கீகரிக்கப்பட வேண்டும்.

விளக்கம்: சமூக வன வள வரைபடம் நடைமுறையிலுள்ள காப்புக்காட்டு எல்லைகளுக்குள்ளோ பாதுகாக்கப்பட்ட வனமாகவோ தேசிய பூங்காக்கள் மற்றும் சரணாலயங்களாகவோ இருக்கலாம். இவ்வரைபடம் குறிப்பிட்ட சமூகத்தின் பயன்பாடு, பாதுகாப்பு, சமூக வன வளங்களைத் தக்க வைத்துப் பயன்படுத்தும் நோக்கில் அதிகாரங்களை முறைப்படுத்தி அங்கீகரிப்பதாக இருக்கும்.

2) வன உரிமைகள் குழுவானது மனுக்களின் மீதான தனது ஆய்வுகளைப் பதிவாக்கி அதனை கிராம சபையின் பரிசீலனைக்கு அளிக்க வேண்டும்.

3) ஒன்றுக்கும் மேற்பட்ட கிராம சபையால் அல்லது மற்றொரு சிற்றூரால் குறிப்பிட்ட வனப்பகுதி பயன்படுத்தப்பட்டு பாரம்பரிய பழமையான எல்லைகளை கோருவதில் சிக்கல் எழுமானால் அந்த உரிமைகளின் தன்மை மற்றும் பயன்பாட்டைப் பரிசீலிக்க சம்பந்தப்பட்ட கிராம சபைகளின் வனஉரிமைக் குழுக்கள் ஒன்றாகக்கூடி அந்தந்த கிராமசபைகளுக்கு தங்கள் ஆய்வுகளை எழுத்தில் சமர்ப்பிக்க வேண்டும்; ஒருவேளை உரிமைகோருதலில் எழும் சிக்கல்களை கிராமசபைகளால் தீர்க்க முடியாதபோது கிராம சபையானது துணைக்கோட்ட அளவிலான குழுவின் தீர்மானத்திற்குப் பரிந்துரைக்க வேண்டும்.

4) தகவல்கள், பதிவுகள் அல்லது ஆவணங்களுக்காக கிராம சபை அல்லது வன உரிமைகள் குழுவின் எழுத்து வடிவிலான வேண்டுகோளின்படி சம்பந்தப்பட்ட அதிகாரிகள் அதன் சான்றளிக்கப்பட்ட நகலை மேற்படி கிராமசபைக் கோரும் உரிமைகள் குழுவுக்கோ வழங்கி, தேவைப்படின் அதற்கென அங்கீகரிக்கப்பட்ட அலுவலர் வாயிலாக அதனைத் தெளிவு படுத்தவேண்டும்.

12. A உரிமைகள் அங்கீகரிப்பு - நடைமுறைகள்:-

1) வன உரிமைகள் குழுவின் தகவல் கிடைத்ததும் வன உரிமைகள் மற்றும் இடச்சான்றுகளை ஆய்வு செய்யும் போது வனம் மற்றும் வருவாய்த்துறை அதிகாரிகள் வருகை தந்து நடைமுறைகளின்படி தங்கள் பதவி, தேதி மற்றும் குறிப்புகளோடு கையெழுத்திட வேண்டும்.

2) பிற்பாடு கிராம சபையால் அங்கீகரிக்கப்பட்ட ஏதேனும் மனுக்களுக்கு வனத்துறையோ வருவாய்த்துறையோ, தங்கள் பிரதிநிதிகள் ஆய்வின்போது வருகை தந்திருக்கவில்லை எனக் கூறி மறுப்புத் தெரிவித்தால் அக்குழு மறு ஆய்வுக்கு நினைவூட்டலாம். மீண்டும் அப்பிரதிநிதிகள் வருகை தரத் தவறினால் கள ஆய்வில் கிராம சபையின் முடிவையே இறுதியாகக் கொள்ளலாம்.

3) கிராம சபையின் மனு மீதான திருத்தம் அல்லது நிராகரிப்பு அல்லது இவற்றுக்கான பரிந்துரை துணைக் கோட்ட அளவிலான குழுவால் மாவட்டக்குழுவுக்கு பரிந்துரைக்கப்பட்டு இருப்பின் மனுதாரருக்கு மேற்படி குழுக்களுக்கு மனுச் செய்ய வழிசெய்யும் நோக்கில் தகவல் தரப்பட வேண்டும். மேற்படிக் குழுக்களின் முடிவுப்படி அறுபது நாட்களுக்குள்ளாக அல்லது முப்பது நாட்கள் நீட்டித்தோ முடிவு செய்யலாம்.

4) கிராமசபை அல்லது துணைக்கோட்ட அளவிலான குழுவின் முடிவுக்கு ஏதேனும் அரசு அமைப்பு மறுப்பு தெரிவிக்க விழையுமாயின் சூழலுக்கேற்ப துணைக்கோட்ட அளவிலான குழு அல்லது மாவட்ட அளவிலான குழு முன்னிலையில் மனுச் செய்ய வேண்டும். குழுவானது (சம்பந்தப்பட்ட அமைப்பின் பிரதிநிதி வருகை தராத நிலையில்) மனுவை விசாரித்த பிறகு முடிவு செய்ய வேண்டும்.

5) மனுதாரர் தனது உரிமை கோரலுக்கு வலுச்சேர்க்கும் சான்றை சமர்ப்பிக்க போதிய வாய்ப்பு தரப்படுவதோடு எந்த மனுவும் நிராகரிக்கப்படக் கூடாது.

6) கிராம சபையின் தீர்மானம் அல்லது பரிந்துரை முழுமையற்றதாகவோ அல்லது முதன்மைத் தகவலுக்கு உபரிப் பரிசோதனை தேவைப்பட்டாலோ துணைக்கோட்ட அளவிலான குழு அல்லது மாவட்ட அளவிலான குழு கிராம சபையின் மனு ஆய்வுக்காக அதனை நிறுத்தி வைக்கலாம். திருத்தம் செய்வது அல்லது நிராகரிப்பு செய்யப்படாமல் இதனை செயல்படுத்த வேண்டும்.

7) துணைக்கோட்ட அளவிலான குழுவின் திருத்தங்களுடனோ அன்றியோ கிராம சபையின் தீர்மானம் நிறைவேற்றப்பட்டு வலுச் சேர்க்கும் ஆவணங்கள் மற்றும் சான்றுடனான மனுவானது மாவட்ட அளவிலான குழுவால் அங்கீகரிக்கப்படவில்லையாயின் மேற்படி குழுக்களின் பரிந்துரைகளை ஏற்காததற்கான விரிவான காரணங்களை மாவட்ட அளவிலான குழு எழுத்தில் பதிவு செய்து ஆணையின் நகலுடன் மனுதாரர் / கிராமசபை / சமூகத்திற்கு காரணங்களுடன் அளிக்க வேண்டும்.

8) பிரிவு 3துணைப் பிரிவு (1) உட்பிரிவு (a)-இன் கீழ் அங்கீகரிக்கப்பட்டுள்ள சுய பயிரிடுதலுக்கான நில உரிமைகள் குறிப்பிடப்பட்ட எல்லை வரை வேளாண்மை சார்ந்த துணை நடவடிக்கைகளுக்கும் வன நிலங்களை உட்படுத்துதலைக் குறிக்கும் கால்நடைகளைப் பராமரித்தல் பயிர்களைத் தூற்றுதல் மற்றும் இதர அறுவடைக்கு முந்தைய செயல்பாடுகள் சுழற்சிமுறைப் பயன்பாடு மரப் பயிர்கள் மற்றும் உற்பத்தியை சேமித்தல் ஆகியன.

9) விதிகளின் இணைப்பு II,III,IV, இல் குறிப்பிட்டுள்ளபடி நடைமுறைகள் நிறைவு பெற்றதும் உரிமைகள் விஷயத்தில் தீர்வு காண மேற்படி வனநிலம் தொடர்புடைய இறுதி வரைபடத்தை வருவாய் மற்றும் வனத்துறைகள் தயாரிப்பதோடு சம்பந்தப்பட்ட அதிகாரிகள் சூழலைப் பொறுத்து வருவாய், வனத்துறைப் பதிவுகளிலுள்ள உரிமைகளோடு இணைக்க வேண்டும். இந்நடைமுறையானது உரிய மாநில சட்டத்தின் கீழ் குறிப்பிட்ட காலகட்டத்திற்குள்

அல்லது மூன்று மாதக் காலத்திற்குள் எது முன்னதாக உள்ளதோ அக்காலயளவில் ஆவணத்தைப் புதுப்பித்தல் வேண்டும்.

10) கிராமசபையின் தீர்மானம் அல்லது துணைக் கோட்ட அளவிலான குழுவின் பரிந்துரையை திருத்துவது அல்லது நிராகரிப்பதான துணை மற்றும் மாவட்ட அளவிலான குழுக்களின் அனைத்து முடிவுகளும், சூழலுக்கேற்ப, திருத்தமோ நிராகரிப்போ அவற்றுக்குரிய விரிவான காரணங்கள் தரப்படவேண்டும். அத்துடன் எந்தவொரு பரிந்துரையும் அல்லது உரிமை மனு நிராகரிப்பும் வெறும் தொழில் நுட்பத் தவறு அல்லது நடைமுறைக் குறைபாடுகள் காரணமாக அமையக் கூடாது. அத்துடன் மண்டலம் / பஞ்சாயத்து / வனச்சரக அளவில் / எந்தப் பதிவியிலுமான தனியொரு அலுவலர் / குழு (கிராம சபை அல்லது வன உரிமைகள் குழு தவிர்த்து) வன உரிமைகள் சார்ந்த மனுக்களைப் பெறவோ நிராகரிக்கவோ, திருத்தவோ அல்லது முடிவு செய்யவோ அதிகாரம் தரப்படக் கூடாது.

11) வட்டார அளவிலான குழு அல்லது மாவட்ட அளவிலான குழு விதி 13இல் குறிப்பிடப்பட்டுள்ள சான்றினை மனுக்கள் மீதான முடிவைச் செய்ய பரிசீலிக்க வேண்டும். அத்துடன் ஒரு மனுவைப் பரிசீலிக்க ஆவணச் சான்றாக வேறு வகையான படிவங்களை வலியுறுத்தக் கூடாது.

விளக்கம்:-

1) தண்டத் தொகை ரசீதுகள், ஆக்கிரமிப்பாளர் பட்டியல் முதன்மைக் குற்ற அறிக்கைகள் வனத்தீர்ப்பாய அறிக்கைகள் மற்றும் இது போன்ற எந்தப் பெயரிலுமான ஆவணங்கள் இல்லாதது குறித்த பிரச்சினை முன் அலுவலக நடைமுறைகளில் எழுமானால் எந்த மனுவையும் நிராகரிப்பதற்கான ஒரே அடிப்படையாக அமையாது.

செயற்கைக் கோள் வரைபடம் மற்றும் பிற தொழில் நுட்பப்பயன்பாடுகள் மற்ற வடிவங்களிலான சான்றுகளுக்கு வலுச் சேர்க்க வேண்டும் அன்றி மாற்றாகக் கருதப்படக் கூடாது.

12.B.சமூக உரிமைகள் அங்கீகரிப்பு நடைமுறைகள்:-

1) வட்டார அளவிலான குழுவானது குறிப்பாக வனங்களில் வசிப்போரில் சட்டப் பிரிவு 3, துணைப் பிரிவு i உட்பிரிவு (e) இல் விளக்கப்பட்டுள்ள பாதிக்கப்படக் கூடிய பழங்குடிக்கு மக்களை கருத்தில் கொண்டு அவர்கள் அனைவரும் வாழிட உரிமைகளைப் பெறுவதை உறுதி செய்ய வேண்டும். இதனை சம்பந்தப்பட்ட குறிப்பாக பாதிக்கப்படக் கூடிய பழங்குடிக் குழுக்களின் மரபு சார் அமைப்புகளுடன் கலந்தாலோசித்து, தேவைப்படுமிடத்து அவர்களது கிராம சபைகளின் மாறுபடும் தன்மையை அங்கீகரித்து அவர்களது வாழ்விட உரிமைக் கோரிக்கைகள் சம்பந்தப்பட்ட கிராம சபைகளில் முன் தாக்கல் செய்யப்பட வேண்டும்.

2) மாவட்ட அளவிலான குழுவானது சட்டப் பிரிவு 3 துணைப் பிரிவு (i) உட்பிரிவு (d) விவரிக்கப்பட்டுள்ள மேய்ச்சல் தொழில் புரிவோர் மற்றும் நாடோடி சமூகங்கள் ஆகியோரது உரிமை கோரும் மனுக்களை சம்பந்தப்பட்ட கிராமசபைகளிடம் தாக்கல் செய்ய வழிவகை செய்ய வேண்டும்.

3) மாவட்ட அளவிலான குழுவானது பிரிவு 3துணைப்பிரிவு i உட்பிரிவு 1-இன் கீழ் உள்ள ஏதேனும் சமூக வனவளங்களை பாதுகாத்தல் மறு உருவாக்கம் செய்தல் ஆகியவற்றை உறுதி செய்ய வேண்டும். இது வனங்களில் வாழ்வோர் பாரம்பரியமாகத் தக்க வைத்துப் பயன்படுத்தி வளங்களைப் பாதுகாக்கும் முறைகளைச் செய்து அனைத்து சிற்றூர்களிலும் அங்கீகரிக்கப்பட்டு வனங்களில் வசிப்போருக்கு உரிமை அளிக்கப்பட்டதாகும்.

4) ஒரு சிற்றூரில் எவ்வித வன வளங்களுக்கான உரிமையும் அங்கீகரிக்கப்படவில்லை யெனில் மாவட்ட அளவிலான குழுவின் செயலர் அதற்கான காரணங்களைப் பதிவு செய்ய வேண்டும்.

5) பிரிவு 3, உட்பிரிவு (h) ன் கீழ் வரும் பதிவு செய்யப்படாத வனத்தீர்வையில் வனச்சிற்றூர்களை மாற்றுப் பயன்பாட்டுக்கு எடுப்பதாயின் ஒட்டு மொத்த ஊரின் நிலப் பயன்பாடு அத்துடன் உடனடி, வருங்கால சமூகப்

பயன்பாட்டுக்கான பள்ளிகள், சுகாதார வசதிகள் மற்றும் பொது வெளிகள் உட்படுத்தப்பட வேண்டும்.

13. வன உரிமைகள் நிர்ணயத்திற்கான சான்றுகள்:-

1) வன உரிமைகள் அங்கீகாரம் மற்றும் பயன்பாட்டுக்கான சான்றுகள் பின்வருவனவற்றை உள்ளடக்கியதாகும்.

a) அரசு, அரசு ஆணைகள், அறிக்கைகள், சுற்றறிக்கைகள் மற்றும் தீர்மானங்களால் உருவாக்கப்பட்ட பொது ஆவணங்கள், அரசிதழ் பதிவுகள், மக்கள் தொகைப் பதிவேடு, நில அளவை மற்றும் தீர்வை அறிக்கைகள், வரைபடங்கள், செயற்கைக் கோள் படங்கள், பணித் திட்டங்கள், மேலாண்மைத் திட்டங்கள், நுண் திட்டங்கள், வன விசாரணை அறிக்கைகள், பிற வனத்துறை ஆவணங்கள், ஏதேனும் பெயரிலான உரிமைப்பதிவுகள், பட்டாக்கள், அல்லது குத்தகைகள், குழுக்கள் மற்றும் ஆணையங்களின் அறிக்கைகள் ஆகியன;

b) வாக்காளர் அடையாள அட்டை, ரேஷன் அட்டைகள், கடவுச் சீட்டு, வீட்டு வரி ரசீதுகள், குடியிருப்பு சான்றிதழ்கள் போன்ற அரசால் அங்கீகரிக்கப்பட்ட ஆவணங்கள்.

c) அசையாச் சொத்துகளான வீடு, குடில்கள் நிரந்தரமாக மேம்படுத்தப்பட்ட சம நிலங்கள், வாய்க்கால்கள், தடுப்பணைகள் போன்றன;

d) நீதிச்சார்பு, நீதித்துறை அறிக்கைகள்/பதிவுகள் மற்றும் நீதிமன்ற ஆணைகள், தீர்ப்புகள் உள்ளிட்டவை;

e) இந்திய மானுடவியல் அளவை போன்ற புகழ்பெற்ற அமைப்புகளால் அங்கீகரிக்கப்பட்ட பழமையான சட்டப்பாதுகாப்புள்ளதும் ஆய்வுகள், மரபு சார் வழக்க ஆவணங்களில் விளக்கப்பட்டது ஏதேனும் வன உரிமைப்பதிவுகள்.

f) சிற்றரசுகள், மாகாணங்கள் உள்ளிட்ட இடைநிலை அமைப்புகள் ஆகியவற்றால் வழங்கப்பட்ட வரைப்படங்கள், உரிமை ஆவணங்கள் சிறப்புச்சலுகைகள், மானியங்கள், ஒதுக்கீடுகள், வரைபடங்கள் உள்ளிட்ட பதிவுகள்;

g) புராதனத்தன்மையை உறுதிசெய்யும் கிணறுகள், சுடுகாடுகள், புனிதத் தலங்கள் உள்ளிட்ட பாரம்பரிய கட்டமைப்புகள்.

i) மனுதாரர்கள் அல்லாத வயது முதிர்ந்தோரின் வாக்குமூலம், எழுத்தில்:

2) முந்தைய நிலப் பதிவுகளில் குறிப்பிடப்பட்டுள்ள தனி நபர்களின் பாரம்பரியத்தைக் காட்டும் பதிவுகள், அல்லது தொன்று தொட்டே குறிப்பிட்ட சிற்றூரில் முறையாகக் குடியிருந்து வருவதற்கான அங்கீகரிப்புச் சான்றுகள்.

2) சமூக வனவளங்களுக்கு உட்படும் சான்றானது:

a) ஏதேனும் பெயரில் அழைக்கப்படும் ‘நிஸ்தார்’ (சிற்றரசர்) போன்ற சமூக உரிமைகள்;

b) பாரம்பரிய மேய்ச்சல் நிலங்கள்; வேர்கள் மற்றும் கிழங்கு வகைகள், தீவனம் சேகரிப்புக்கான இடங்கள், உண்ணத்தக்க காட்டுப் பழங்கள் மற்றும் இதர எளிய வன விளைப் பொருட்கள், மீன் பிடி இடங்கள், பாசன அமைப்புகள், மனிதர்கள் அல்லது கால்நடைகளின் பயன்பாட்டுக்கான நீர் நிலைகள், மூலிகைச் செடிகள் சேகரிக்கும் மூலிகை மருத்துவர்களின் எல்லைப்பகுதிகள்.

c) உள்ளூர் சமூகத்தால் கட்டப்பட்ட அமைப்புகளின் மீதங்கள் / இடிபாடுகள், புனித மரங்கள், தோட்டங்கள் குளங்கள் அல்லது ஆறு சார்ந்த பகுதிகள் இடுகாடு அல்லது சுடுகாட்டுத் திடல்கள்.

d) அரசுப் பதிவுகளிலோ அல்லது முந்தைய வகைப்பாட்டிலோ வரும் பாதுகாக்கப்பட்ட வனங்கள்/ தற்போதைய காப்புக் காடுகள் அல்லது மேச்சல் அல்லது இதர சிறப்பு பொது நிலங்கள் மற்றும் தெரிந்த பிற கிராமப் பொது நிலங்கள் நிஸ்காரிக் காடுகள்.

e) தற்போதைய பாரம்பரிய வேளாண்மைச் செயல்பாடுகள்.

3. வன உரிமைகளை நிர்ணயம் செய்வதில் கிராமசபை, துணைக்கோட்ட அளவிலான குழு மற்றும் மாவட்ட அளவிலான குழு ஒன்றுக்கு மேற்பட்ட சான்றுகளை பரிசீலிக்க வேண்டும்.

14. துணைக் கோட்ட அளவிலான குழுவுக்கான மனுக்கல்:-

1) கிராம சபையின் தீர்மானத்தில் அதிருப்தியுற்ற எந்த நபரும் தீர்மான தேதியிலிருந்து அறுபது நாட்களுக்குள் துணைக் கோட்ட அளவிலான குழுவிடம் மனுத்தாக்கல் செய்ய வேண்டும்.

2) துணைக் கோட்ட அளவிலான குழு குறைகேட்புக்கென தேதி ஒன்றை முடிவு செய்து மனுதாரருக்கும் சம்பந்தப்பட்ட கிராம சபைக்கும் எழுத்தில் தெரிவிப்பதோடு மேற்படி தேதிக்கு குறைந்தபட்சம் பதினைந்து நாட்களுக்கு முன்னதாக மனுதாரரின் ஊரில் உகந்த பொது இடத்தில் அறிவிப்புச் செய்ய வேண்டும்.

3) துணைக் கோட்ட அளவிலான குழு மனுவை ஏற்கவோ நிராகரிக்கவோ சம்பந்தப்பட்ட கிராமசபையின் மனு பரிசீலனைக் கோரி மனுவைப் பரிந்துரைக்கலாம்.

4) பரிந்துரையைப் பெற்றதும் கிராம சபையானது 30 நாட்களுக்குள் கூட்டம் நடத்தி மனுதாரரின் குறையைக் கேட்டு பரிந்துரையின் மீது தீர்மானம் நிறைவேற்றி அதனை துணைக்கோட்ட அளவிலான குழுவுக்கு அனுப்பி வைக்க வேண்டும்.

5) கிராம சபையின் தீர்மானத்தைப் பரிசீலித்து துணைக்கோட்ட அளவிலான குழுவானது பொருத்தமான ஆணைகளை மனுவை ஏற்றோ நிராகரித்தோ பிறப்பிக்கலாம்.

6) துணைக்கோட்ட அளவிலான குழு நிலுவையிலுள்ள மனுக்களை முன் விதியின்றிப் பரிசோதித்து பிற மனுதாரர்களின் வன உரிமைப்பதிவுகளோடு ஒன்றிணைந்து சம்பந்தப்பட்ட மாவட்ட அளவிலான குழுவிடம் சமர்ப்பிக்க வேண்டும்.

7) ஏதேனும் கிராமசபைகள் அல்லது துணைக் கோட்ட அளவிலான குழுவின் மனு விஷயத்தில் இரண்டு அல்லது அதற்கு மேற்பட்ட கிராம சபைகளிடையே சச்சரவு எழுமாயின், சச்சரவைத் தீர்த்து வைக்கும் பொருட்டு சம்பந்தப்பட்ட கிராம சபைகளை கூட்டாக கூட்டத்திற்கு அழைப்பு விடுக்க வேண்டும். முப்பது நாட்கள் கால அளவிற்குள் இரு தரப்பும் ஏற்றுக்கொள்ளும் தீர்ப்பு

எட்டப்படவில்லையாயின் துணைக் கோட்ட அளவிலான குழுவே சம்பந்தப்பட்ட கிராம சபைகளை விசாரித்தறிந்து முடிவு செய்து தக்க ஆணைகளைப் பிறப்பிக்க வேண்டும்.

15. மாவட்ட அளவிலான குழுவுக்கான மனுக்கள்:-

1. துணைக் கோட்ட அளவிலான குழுவின் முடிவில் அதிருப்தியுற்ற எந்தவொரு நபரும் முடிவு தேதியிலிருந்து 60 நாட்கள் கால அளவிற்குள்ளாக மாவட்ட அளவிலான குழுவிடம் மனுத்தாக்கல் செய்யவேண்டும்.

2. மாவட்ட அளவிலான குழு குறைகேட்புக்கென தேதி ஒன்றை முடிவு செய்து மனுதாரருக்கும் துணைக் கோட்ட அளவிலான குழுவுக்கும் எழுத்தில் மற்றும் குறைகேட்புத் தேதிக்கு குறைந்தது 15 நாட்கள் முன்னதாக மனுதாரரின் ஊரில் தகுந்த பொது இடத்தில் அறிவிப்புச் செய்ய வேண்டும்.

3. மாவட்ட அளவிலான குழுவானது சம்பந்தப்பட்ட துணைக் கோட்ட அளவிலான குழுவின் மனு பரிசீலனைக்கு மனுவைப் பரிந்துரைப்பது தவிர ஏற்கவோ நிராகரிக்கவோ செய்யலாம்.

4. அவ்வாறான பரிந்துரையைப் பெற்றதும் துணைக்கோட்ட அளவிலான குழுவிடம் மனுதாரரையும் கிராம சபையையும் விசாரித்து முடிவெடுத்து அதனை மாவட்ட அளவிலான குழுவிடம் தெரிவிக்க வேண்டும்.

5) மாவட்ட அளவிலான குழு மனுவைப் பரிசீலித்து ஏற்கவோ நிராகரிக்கவோ தகுந்த ஆணை பிறப்பிக்கலாம்.

6) மாவட்ட அளவிலான குழுவானது மனுதாரர்/ மனுதாரர்களின் வன உரிமைகள் பதிவை அரசுப் பதிவுகளில் தேவையான திருத்தம் செய்வதற்காக மாவட்ட ஆட்சியர் அல்லது மாவட்ட ஆணையருக்கு அனுப்ப வேண்டும்.

7) இரண்டு அல்லது அதற்கு மேலான துணைக்கோட்ட அளவிலான குழுக்களின் ஆணைகளுக்கிடையே முரண்பாடு இருந்தால் மாவட்ட அளவிலான குழுவானது தானாக முன்வந்து வேறுபாடுகளைத் தீர்த்து வைக்கும் நோக்கில் சம்பந்தப்பட்ட துணைக்கோட்ட அளவிலான குழுக்களின் ஒன்றிணைந்த கூட்டத்திற்கு அழைப்பு விடுக்க வேண்டும்; இரு தரப்பும் ஏற்கும் தீர்வு எட்டப்படவில்லையெனில்

மாவட்ட அளவிலான குழுவே சம்பந்தப்பட்ட துணைக் கோட்ட அளவிலான குழுக்களை விசாரித்து சிக்கலில் தீர்ப்புக் கூறி தக்க ஆணைகளைப் பிறப்பிக்கலாம்.

16) வன உரிமை தாரர்களை ஆதரித்து செயல்படுதல்:-

மாநில அரசானது குறிப்பாக தனது பழங்குடி மற்றும் சமூக நலத்துறை, சுற்றுச்சூழல், வனம், வருவாய், ஊரக வளர்ச்சி, பஞ்சாயத்து ராஜ் மற்றும் பிற தகுந்த துறைகளின் மூலம் வனங்களில் வசிக்கும் அட்டவணைக்கு உட்பட்ட பழங்குடியினர் மற்றும் இதர மரபு சார் வனங்களில் வசிப்போர் நில மேம்பாடு உள்ளிட்டதும் நில ஆக்கத் திறன் மற்றும் அடிப்படை வசதிகள், பிற வாழ்வாதார அரசுத்திட்டங்களும் மனுதாரர்களையும் சட்டத்தின் கீழ் உரிமைகள் அங்கீகரிக்கப்பட்ட பிற சமூகங்களும் பெறுவதை உறுதி செய்ய வேண்டும்.

டாக்டர் பச்சிதர்சிங் இணைச்செயலர்
(F எண் 17014/02/2007-Pc and V (தொகுதி VII)
அட்டவணைக்குட்பட்ட பழங்குடியினர்
மற்றும் இதர மரபுசார் காடுகளில் வசிப்போர்
(வன உரிமைகள் அங்கீகரிப்பு) விதிகள் 2007/
இந்திய அரசு) / பழங்குடி விவகார அமைச்சகம்.

(CF எண் 2/3011/32/2010-) தொகுதி II)
டாக்டர் சாதனாராவத், இணைச்செயலர்
(வன உரிமைகள் அங்கீகரிப்பு) திருத்த விதிகள்-2012.

பின்னிணைப்புகள்

இணைப்பு I

(பார்க்க விதி 6(1))

படிவம் A

வனநில உரிமைகளுக்கான உரிமை கோரும் படிவம்

(பார்க்க விதி 11 (1) (a)

1. மனுதாரர் (கள்) பெயர்:
2. வாழ்க்கைத்துணையின் பெயர்:
3. தந்தை/தாய் பெயர்:
4. முகவரி:
5. கிராமம்:
6. கிராம பஞ்சாயத்து:
7. தாசில்/தாலுக்கா:
8. மாவட்டம்:
9. (a) அட்டவணைக்குட்பட்ட பழங்குடியினரா: ஆம்/ இல்லை

   (உண்மைத்தன்மை சான்றிதழை இணைக்கவும்)

   (b) இதர மரபுசார் வனங்களில் வசிப்பவரா : ஆம் / இல்லை

   (அட்டவணைக்குட்பட்ட பழங்குடியினத்தவரின் வாழ்க்கைத் துணை)

   (உண்மைத்தன்மை சான்றிதழ் இணைக்கவும்)

10. இதர குடும்ப உறுப்பினர்களின், வயது:

    (குழந்தைகள் மற்றும் சார்ந்திருக்கும் வயது வந்தோர் உட்பட)

நில உரிமையின் தன்மை:-

1. கையகப்படுத்தியுள்ள வன நிலத்தின் பரப்பு

   (a) வாழிடத்திற்காக

   (b) தற்சார்பு பயிரிடலுக்காக (ஏதேனும் இருப்பின்) (பார்க்க சட்டப் பிரிவு 3 (1)

2. சச்சரவிலுள்ள நிலங்கள் ஏதேனும் இருப்பின் (பார்க்க சட்டப் பிரிவு3(1)

3. பட்டாக்கள் / குத்தகைகள் / மானியங்கள் ஏதேனும் இருப்பின் (பார்க்க சட்டப்பிரிவு 3(1)(f)
4. நிலத்திற்குட்பட்ட மறுசீரமைப்பு அல்லது மாற்று நிலம் ஏதேனும் இருப்பின் (பார்க்க சட்டப் பிரிவு3(1) (m)
5. இழப்பீடு இன்றி வெளியேற்றப்பட்ட நிலம் (பார்க்க சட்டப்பிரிவு 4 (8))
6. வனகிராமங்களிலுள்ள நிலப்பரப்பு ஏதேனும் இருப்பின் (பார்க்க சட்டப்பிரிவு3 (1) (h)
7. இதர பாரம்பரிய உரிமை ஏதேனும் இருப்பின் (பார்க்க சட்டப்பிரிவு3 (1) (l)
8. வலுச்சேர்க்கும் சான்று (பார்க்க விதி 13)
9. இதர தகவல்கள்

மனுதாரர்(கள்) கையொப்பம் / விரல் அடையாளம்

அட்டவணைக்குட்பட்ட பழங்குடியினர் மற்றும்
பிற மரபுசார் வனங்களில் வசிப்போர்.

(வன உரிமைகள் அங்கீகரிப்பு) விதிகள், 2007.
இந்திய அரசு பழங்குடி விவகார அமைச்சகம்.

சமூக உரிமைகள் கோருவதற்கான

படிவம் B

(பார்க்க விதி 11 (1) (a) மற்றும் (4)

1. மனுதாரர்(கள்) பெயர்:

   (a) வனங்களில் வசிக்கும் அட்டவணைப் பழங்குடி சமூகம்: ஆம் / இல்லை.

   (b) இதர மரபு சார் வனங்களில் வசிக்கும் சமூகம்: ஆம்/ இல்லை

2. கிராமம்:

3. கிராமப் பஞ்சாயத்து:

4. தாசில்/தாலுக்கா:

5. மாவட்டம்:

பயன்பாட்டிலுள்ள சமூக உரிமைகளின் தன்மை:

1. நிஸ்தார் போன்ற சமூக உரிமைகள் ஏதேனும் இருப்பின்:

   (பார்க்க சட்டப்பிரிவு3 (1) (b)

2. சிறு வன விளைப்பொருட்கள் மீதான உரிமை ஏதேனும் இருப்பின்:

3. சமூக உரிமைகள்

   (a) பயன்பாடுகள் அல்லது பாத்தியதைகள் (மீன், நீர் நிலைகள் ஏதேனும் இருப்பின்):

   (b) மேய்ச்சல், ஏதேனும் இருப்பின்

   (c) நாடோடி மற்றும் மேய்ச்சல் தொழில் புரிவோரது பாரம்பரிய வள அடைவு, ஏதேனும் இருப்பின்:-

4. வாழிடங்களுக்கான ஆதிப்பழங்குடி குழுக்கள் மற்றும் வேளாண்மைக்கு முற்பட்ட சமூகங்களுக்கான குத்தகைகள் ஏதேனும் இருப்பின் (பார்க்க சட்டப்பிரிவு3 (1) (e)

5. பல்லுயிர் சூழல் அறிவுசார் சொத்துடைமை மற்றும் மரபு சார் அறிவுக்கான உரிமை ஏதேனும் இருப்பின்:

6. இதர மரபு சார் உரிமை, ஏதேனும் இருப்பின்:

   (பார்க்க சட்டப்பிரிவு3(1) (L)

7. வலுச்சேர்க்கும் சான்று:

   (பார்க்க விதி 13)

8. இதர தகவல்கள்:

மனுதாரர்கள் கையொப்பம் / விரல் அடையாளம்

அட்டவணைப் பழங்குடியினர் மற்றும் இதர மரபுசார்
வனங்களில் வசிப்போர்
(வன உரிமைகள் அங்கீகரிப்பு) விதிகள், 2007.

இந்திய அரசு பழங்குடி விவகார அமைச்சகம்.

படிவம் C

சமூக வனவள உரிமைகள் கோரும் படிவம் (பார்க்க சட்ட விதி) 11 (1) பிரிவு 3(1) (1) மற்றும் 4 (a)]

1. கிராமம் / கிராம சபை:
2. கிராமப் பஞ்சாயத்து:
3. தாசில் / தாலுக்கா:
4. மாவட்டம்:
5. கிராமசபை உறுப்பினர்(கள்) பெயர்/கள் (ஒவ்வொரு உறுப்பினருக்கும் நேரே அட்டவணைப் பழங்குடியினர் அல்லது இதர மரபுசார் வனங்களில் வசிப்போர் என்பதை தனித்தாளில் இணைக்கவும்.

   சில அட்டவணைப் பழங்குடியினம் / இதர மரபு சார் வனங்களில் வசிப்போர் இருத்தல் உரிமை கோரப் போதுமானது. கீழே கையொப்பமிட்டுள்ள இந்த கிராம சபையில் குடியிருக்கும் நாங்கள் கீழே விவரிக்கப்பட்டுள்ள பகுதி மற்றும் இணைக்கப்பட்டுள்ள வரைபடம் வன உரிமைகள் சட்ட பிரிவு 3(1) (i) இன் கீழ் எங்கள் சமூக வன வளங்களுக்கான அங்கீகாரம் கோருவதற்கானது எனத் தீர்மானித்துள்ளோம்.

வரைபடம் இணைக்கவும்: சமூக வனவள இடங்களைக் காட்டும் பாரம்பரிய அடையாளங்கள் அல்லது வழமையான கிராம எல்லைகள்/ மேய்ச்சல் சமூகங்களாயின் பருவ காலங்களில் நிலத்தைப் பயன்படுத்துவது; இப்படமானது மேற்படி நிலத்தை பாரம்பரியமாக பாதுகாத்து மனு உருவாக்கம் செய்து தக்க வைத்துப் பயன்பாட்டுக்கென மேலாண்மை செய்வதை பாரம்பரியமாகப் பெற்றிருக்க வேண்டும்.

குறிப்பு: (இவ்வரைபடம் நடைமுறையிலுள்ள சட்டபூர்வ எல்லைகளுக்குப் பொருந்தாது)

6. கஸ்ரா / தொகுப்பு எண்(கள்) ஏதேனும் இருப்பின்/ தெரிந்திருப்பின்:

7. எல்லைப்புற கிராமங்கள்

(i)

(ii)

(iii)

(இதர கிராமங்களுள் பகிர்ந்து கொள்ளும் வளங்கள் மற்றும் பொறுப்புகள் தொடர்பான தகவல்களையும் இதில் உட்படுத்தலாம்.

8. வலுச்சேர்க்கும் சான்றுகள் பட்டியல் (பார்க்க விதி 13)

மனுதாரர்/ கையொப்பம்/விரல் அடையாளம்

அட்டவணைப் பழங்குடியினர் மற்றும்
இதர மரபுசார் வனங்களில் வசிப்போர்.

(பழங்குடி உரிமைகள் அங்கீகரிப்பு) திருத்த விதிகள், 2012)
இந்திய அரசு பழங்குடி விவகார அமைச்சகம்.

இணைப்பு II

[பார்க்க விதி 8 (h)]

கையகப்படுத்தியுள்ள வனநில உரிமம்:-

1. வன நில உரிமைகளை வைத்திருப்போர்(கள்) பெயர்(கள்) (வாழ்க்கைத் துணை உட்பட):
2. தாய்/தந்தை பெயர்:
3. சார்ந்திருப்போர் பெயர்:
4. முகவரி:
5. கிராமம்/கிராமசபை:
6. கிராமம் பஞ்சாயத்து:
7. தாசில்/தாலுக்கா:
8. மாவட்டம்:
9. அட்டவணைப் பழங்குடி அல்லது இதர மரபுசார் வனங்களில் வசிப்போரா?
10. பகுதி:
11. கஸ்ரா / தொகுப்பு எண் உட்பட முக்கிய அடையாளங்களுடன் கூடிய எல்லைகள் பற்றிய விளக்கம்: இவ்வுரிமம் சட்டப்பிரிவு 4 துணைப்பிரிவு (4) இன் கீழ் வாரிசுரிமை உடையது. ஆனால் பிரிக்கவோ உரிமை மாற்றம் செய்யப்படவோ கூடாது. அரசின் சார்பாக மாநிலத்தின் பெயர் அரசுக்காக கீழே கையொப்பமிட்டுள்ள நாங்கள் மேற்படி வன உரிமைகளை உறுதி செய்கிறோம்.

மாவட்ட வன அலுவலர்/

உதவி வனப்பாதுகாவலர்

மாவட்ட பழங்குடி நல அலுவலர்

மாவட்ட ஆட்சியர்/துணை ஆணையர்

இணைப்பு -III

பார்க்க விதி 8 (h)]

சமூக வன உரிமைக்ளுக்கான உரிமம்:-

1. சமூக வன உரிமைகள் வைத்திருப்போர் பெயர்(கள்):
2. கிராமம்/கிராமசபை:
3. கிராம பஞ்சாயத்து:
4. தாசில் /தாலுக்கா:
5. மாவட்டம்:
6. அட்டவணைப் பழங்குடி/ இதர மரபுசார் வனங்களில் வசிப்போர்:
7. சமூக உரிமைகளின் தன்மை:
8. நிபந்தனைகள் ஏதேனும் இருப்பின்:
9. கஸ்ரா/தொகுப்பு எண் உட்பட முக்கிய அடையாளங்களுடன் பழமையான எல்லைகள் பற்றிய விளக்கம் சமூக வன உரிமைகள் வைத்திருப்போர் பெயர்(கள்).

1. ....
2. ....
3. ....

மேற்குறிப்பிட்ட சமூக வன உரிமைகளை உரிமத்தில் குறிப்பிடப்பட்டுள்ளபடி, அரசுக்காகவும் அரசின் சார்பாகவும் (மாநிலத்தின் பெயர்) ....கீழே கையொப்பமிட்டுள்ள நாங்கள் உறுதி செய்கிறோம்.

மாவட்ட வன அலுவலர்/

உதவி வனப்பாதுகாவலர் மாவட்ட பழங்குடி நல அலுவலர்

மாவட்ட ஆட்சியர்/ துணை ஆணையர்

இணைப்பு IV

சமூக வன வளங்களுக்கான உரிமம்

[பார்க்க விதி8(i)]

1. கிராமம்/கிராம சபை:

2. கிராமப் பஞ்சாயத்து:

3. தாசில் / தாலுக்கா:

4. மாவட்டம்:

5. அட்டவணைப் பழங்குடி/இதர மரபுசார் வனங்களில் வசிப்போர்;

அட்டவணைப் பழங்குடி சமூகம்/ இதர மரபுசார் வனங்களில் வசிப்போர் சமூகம்/ இரண்டும்.

6. கஸ்ரா / தொகுப்பு எண்ணுடன் முக்கிய நில அடையாளங்கள், பழமையான எல்லை உட்பட எல்லைகள் குறித்த விளக்கம்.

சட்டப் பிரிவு3(1) (i)-இன் படி கூறப்பட்டுள்ள பகுதியில் இச்சமூகம் பாரம்பரியமாக பாதுகாத்துத் தக்க வைத்துப் பயன்படுத்தி வரும் சமூக வனவளங்களைப் பாதுகாக்கவும் மனு உருவாக்கம் செய்யவும் மேலாண்மை செய்யவும் உரிமை பெற்றுள்ளனர். அட்டவணைப் பழங்குடி மற்றும் இதர மரபுசார் வனங்களில் வசிப்போர் (வன உரிமைகள் அங்கீகரிப்பு) சட்ட விதிகளின் கீழ் அமைக்கப்படுவன அல்லாத எந்த நிபந்தனையும் இவ்வுரிமையின் மீது செலுத்தப்படுவதில்லை. கிராம சபை/ சமூகம்(கள்), குறிப்பிட்டுள்ள உரிமத்தில் அரசுக்காகவும் அரசின் சார்பாகவும் சமூக வன வளங்களின் மீதான (குறிப்பிட்ட பரப்பு விரிவாக்க எல்லை, எது பொருந்துமோ அதன் பெயர்)

கீழே கையொப்பமிட்டுள்ள நாங்கள் வன உரிமைகளை உறுதி செய்கிறோம்.

மாவட்ட வன அலுவலர்/

உதவி வனப்பாதுகாவலர்

மாவட்ட பழங்குடி நல அலுவலர்

மாவட்ட ஆட்சியர்/துணை ஆணையர்

c. மேலாண்மை செய்யப்படும் சமூக வனவளங்கள் யாரால் மேலாண்மை செய்யப்படுகின்றன என்பது உட்பட விவரங்கள்.

d. நல்ல நடைமுறைகள் (ஏதேனும் இருப்பின்)

e. சட்டப்பிரிவு (Ha) 3 (2)-இன் கீழ் மாற்றப்பட்ட பகுதி

f) இதர குறிப்புகள்

(தலைவர்) (உறுப்பினர் செயலர்)

மாநில கண்காணிப்புக் குழு மாநில கண்காணிப்புக் குழு

குறிப்பு: முதன்மை விதிகள் இந்திய அரசிதழ், சிறப்பு, பகுதி II பிரிவு 3, உட்பிரிவு(i) G.S.R எண்(E), 1 ஜனவரி 2008இல் வெளியிடப்பட்டுள்ளன.

(F எண் 23011/32/2010-தொகுதி II)

டாக்டர் சாதனாராவத், இணைச்செயலர்

இணைப்பு V

காலாண்டு அறிக்கை அளிப்பதற்கான படிவம்

[பார்க்க விதி 10 (C)]

1. மாநிலத்தின் பெயர்:

2. உரிமைகளின் நிலை:

a) தனி நபர் உரிமைகள்

- கோப்புகள் செய்யப்பட்டவை
- ஏற்கப்பட்டவை
- நிராகரிக்கப்பட்டவை
- நிலுவையிலுள்ளவை
- நிராகரிப்புக்கான காரணங்கள், எடுத்துக்காட்டுடன்
- பரிந்துரைக்கப்படும் திருத்த நடவடிக்கைகள்
- இதர அவதானிப்புகள்
- உட்படுத்தப்படும் வனநிலத்தின் பரப்பு (He)
- சட்டப்பிரிவு (He) 3 (1) (a)-இன் கீழ் உள்ள வனம் மற்றும் வருவாய் பதிவுகளில் தற்போதைய நிலை

b) சமூக வன உரிமைகள்

- கோப்புகள் செய்யப்பட்டவை
- ஏற்கப்பட்டவை
- நிராகரிக்கப்பட்டவை
- நிலுவையிலுள்ளவை
- உட்படுத்தப்பட்ட வனநிலத்தின் பரப்பு
- சட்டப்பிரிவு (He) 3 (1) (b) முதல் 3 (1) (l)-இன் கீழ் வனம் மற்றும் வருவாய் பதிவுகளில் தற்போதைய நிலை
- நிராகரிப்புக்கான காரணங்கள்
- பரிந்துரைக்கப்படும் திருத்த நடவடிக்கைகள்
- இதர அவதானிப்புகள்

ஒன்றிய அரசு மாநில அரசுகளுக்கு அனுப்பிய மிக முக்கிய கடிதம்

எண்: 23011/16/ 2015 - FRA,

இந்திய அரசு,
பழங்குடியினர் நலத்துறை,
FRA பிரிவு.

R.F.280 ஆகஸ்ட் கிராந்திபவன்,,
பிக்காஜிகாமா பேலஸ்,
புது டெல்லி,
தேதி: *23* ஏப்ரல் *2015.*

பெறுநர்:
அனைத்து மாநில அரசுகளின் தலைமைச் செயலாளர்கள்

பொருள்: சட்டப்பிரிவு 12 இன் கீழ் சமூக வன வளங்களை அங்கீகரித்துப் பயன்படுத்துவதற்கான வழி காட்டுதல்கள் (CFR) மற்றும் 2006 (FRA) (வன உரிமைகள் அங்கீகரிப்பு) சட்டத்தின் கீழ் பழங்குடியினர் மற்றும் பிற பாரம்பரிய காடுகளில் வசிப்போர் உரிமைகள் மேலாண்மை.

மாநிலங்களுக்கு, கீழே கையொப்பமிட்டோர் வழிகாட்டுவதாவது: பழங்குடியினர் நலத்துறையானது FRA இன் கீழ் சமூக வன வளங்கள் அங்கீகரிப்பு மற்றும் பயன்பாட்டின் முக்கியத்துவத்தை பல்வேறு தருணங்களில் தெரியப்படுத்தியுள்ளது. சமூக வனவள உரிமைகளை அங்கீகரிப்பதில் சில மாநிலங்கள் முயற்சிகள் மேற்கொண்டிருக்கும் வேளையில் வளமான வன நிலங்கள் உள்ள பல மாநிலங்களில் மேற்படி வன உரிமைகளுக்கான மனுக்கள் நிலுவையிலும், உரிமைகள் அங்கீகரிப்பு மெதுவாக நடைபெறுவதாலும் மாநில அரசுகள் முயற்சிகளை துரிதப்படுத்துவது அவசியமாகிறது.

மேற்குறிப்பிட்டுள்ளதன்படி சமூக வனவள உரிமைகள் அங்கீகரிப்பு மற்றும் தொடர்ந்து மேலாண்மையை ஒட்டிய தற்போதைய வழி காட்டுதல்களை பழங்குடியினர் நலத்துறையானது வெளியிடுகிறது.

I சட்டபிரிவு 3(1) (l) மற்றும் சட்டப்பிரிவு 5 (FRA) இன்படி சமூக வன வளங்களைக் காத்தல், தோற்றுவித்தல் அல்லது பாதுகாத்தல் அல்லது மேலாண்மை செய்தல் ஆகியவற்றுக்கான அதிகாரம் (FR விதி 4 (1) (e)) இன் கீழ் கட்டமைக்கப்பட்ட காடுகள் காடுயிர்கள் மற்றும் பல்லுயிர்ப் பெருக்க சூழல் பாதுகாப்புக்கான குழு மற்றும் கிராம சபையைச் சார்ந்தது. கிராம சபைக்கான வரையறை FRA பிரிவு 2(g) மற்றும் பிரிவு 2(p) யில் கூறப்பட்டுள்ளது.

II ஒவ்வொரு கிராமசபையும் தனது உறுப்பினர்கள் எளிமையாகப் புரிந்துகொள்ளும் படிவத்தில் சமூக வன வளங்களைப் பாதுகாத்தல் மற்றும் மேலாண்மைக்கான திட்டங்களை மேம்படுத்திக்கொள்ள முடியும். இத்திட்டத்தில் காடுகளைப் பெற்று பயன்படுத்திப் பாதுகாப்பதற்கான விதிகளும் நடைமுறைகளும் இடம் பெறலாம்.

III FRA விதி 4 (i) (e) இன் கீழ் வரும் குழு மற்றும் கிராம சபையே வனத்துறையின் நுண்திட்டம்/வேலைத்திட்டம்/ மேலாண்மைத் திட்டம் ஆகியவற்றை சீரமைக்கும் அதிகாரம் பெற்றவர்களாக இருப்பார்கள். கிராம சபையால் நிறைவேற்றப்பட்ட பாதுகாப்பு மற்றும் மேலாண்மைத் திட்டத்தை ஒருங்கிணைக்கவும் அதிகாரம் உள்ளது.

IV மாநில அரசானது சமூகவன வளங்களை மேம்படுத்த FR விதி 4 (1) (e) இன் கீழ் கட்டமைக்கப்பட்ட கிராம சபைக் குழுவுக்கு தனது துறைகளின் வழியாகக் காடமைப்பு நிதிகளை உருவாக்க வேண்டும். பழங்குடியினர் துணைத் திட்டம், CAMPA, கிராமப் பஞ்சாயத்து நிதிகள் - MGNREGA வின் கீழ் வரும் நிதிகள் வழங்கப்படலாம். FR விதி 16 இன்படி சமூக வனவளங்களை மேம்படுத்த மாநில சமூக வனவளங்களை மேம்படுத்த மாநில அரசுகள் தங்கள் திட்ட அறிக்கைகளை பழங்குடியினர் நலத்துறைக்கு அனுப்பி வைக்கலாம்.

V FAR சட்டப்பிரிவு 3 (1) (i) இன் கீழ் அங்கீகரிக்கப்பட்ட சமூக வனவளப் பகுதிகள் புதிய வகைப்பாட்டிலான வனப் பகுதியாக CFR(S)] உரிமைப் பதிவு செய்யப்பட்டு வனத்துறை ஆவணங்களில் முறையாக இணைக்கப்பட வேண்டும்.

VI மேலும் விதி 12 (B) (4) இன் படி சமூக வனவள உரிமைகள் எதுவும் அங்கீகரிக்கப்படாத சிற்றூர் ஆயின் மாவட்ட

அளவிலான குழுவின் செயலர் அதற்கான காரணங்களை எழுத்தில் பதிவு செய்ய வேண்டும்.

VII மாநில அரசுகள் தங்கள் மாதாந்திர, காலாண்டு வளர்ச்சி அறிக்கையை சமர்ப்பிக்கும் போது வகைப்படுத்தப்படாத CRF மனுக்கள் குறித்த தகவலையும் FRA வின் கீழ் அவற்றுக்கான அங்கீகரிக்கப்பட்ட CFR உரிமைகளையும் அத்தகு வனநிலங்களின் விரிவாக்கம்/ எல்லை குறித்த தகவல்களையும் அளிக்க வேண்டும்.

உரிய அலுவலர்/அதிகாரியின் ஏற்பணிப்புடன் இந்த வழிகாட்டுதல் தரப்படுகிறது.

தங்கள் உண்மையுள்ள

(உத்தம்குமார் கீர)
சார்புச் செயலாளர்/

இந்திய அரசு தொ:பே. 01126182814

நகல்கள்: அனைத்து முதன்மைச் செயலாளர்கள்/ அனைத்து மாநிலப் பழங்குடி நலத்துறை செயலாளர்கள்.

சட்டத்தை சுலபமாக புரிந்துகொள்ள புள்ளிவிவரங்களுடன்...

காடுகள்

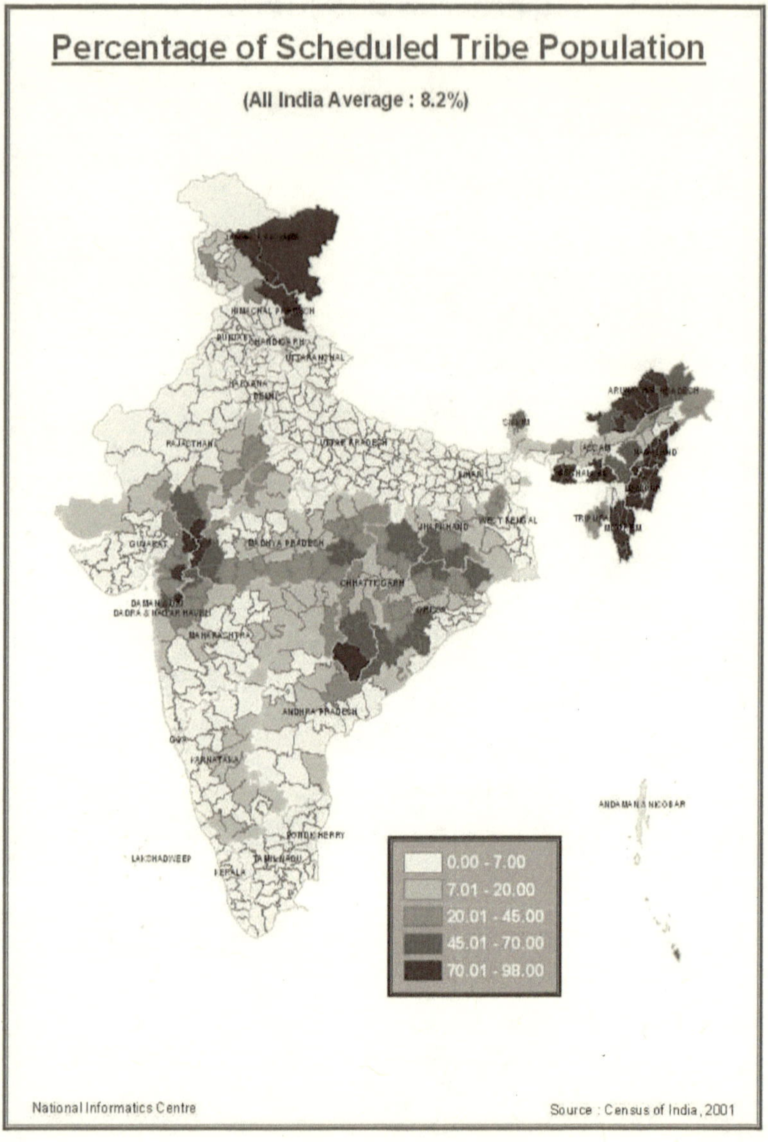

பழங்குடிப் பகுதிகள்

காடுகள் பற்றிய புள்ளிவிவரம்

	1949-50	1970	2007	2019
காடுகள்	5.98 கோடி ஹெக்டேர்	6.391கோடி ஹெக்டேர்	6.909 கோடி ஹெக்டேர் (%21.02 நிலப்பரப்பு)	76,741,900 ஹெக்டேர் (%23.34 நிலப்பரப்பு)
பாதுகாக்கப்பட்ட பகுதிகள்	16,515,854 ஹெக்டேர் அல்லது %5.02 மொத்த நிலப்பரப்பில் அல்லது காடுகளின் %21.52			
தேசிய பூங்காக்கள் -வனம் சார்ந்து வாழும் மக்களுக்கு அனைத்து உரிமைகளும் மறுக்கப்படுகின்றன		5	3,839,212) 98 ஹெக்டேர்)	4,056,403)101 ஹெக்டேர்)
வனவிலங்கு சரணாலயங்கள் - வனம் சார்ந்து வாழும் மக்களுக்கு அனுமதிக்கப்பட்ட உரிமைகள் மட்டும் அனுபவிக்கலாம்		62	511,152,904) 07 ஹெக்டேர்)	11,975,697) 553 ஹெக்டேர்)

காப்பு பகுதி - தேசியப் பூங்கா மற்றும் வன விலங்கு சரணாலயத்திற்கு வெளியில் உள்ள			125,984) 45 ஹெக்டேர்)	86 (385,825 ஹெக்டேர்)
சமூகப் பகுதி - வன விலங்கு பாதுகாப்புக்காக ஒப்படைக்கப்பட்ட தனியார் மற்றும் சமூக நிலங்கள்			5 (2,100 ஹெக்டேர்)	163 (83,334 ஹெக்டேர்)
புலிகள் காப்பகம்		Nil	31 (2,925,202 ha) 2,714,877 ஹெக்டேர் புலிகள் வாழும் முக்கிய பகுதிகளில் (சி. டி.எச்) குறைந்தது 1.75 லட்சம் மக்கள் வசிக்கின்றனர்	71,027.10) 50 ha – 40,340.12 ஹெக்டேர் புலிகள் வாழும் முக்கியப் பகுதி (சி.டி.எச்) and 30,686.98 ஹெக்டேர் இடையகப் பகுதி (buffer area)

வனம் என வகைப்படுத்தப்பட்ட நிலத்தில் 10 கோடி மக்கள் வாழ்கிறார்கள்.

14.7 கோடி மக்கள் தொகை கொண்ட 587,274 கிராமங்களில் 170,379 கிராமங்கள் இந்த காடுகளிலும் அதைச் சுற்றியும் அமைந்துள்ளது.

27.5 கோடி முதல் 35-40 கோடி மக்கள் வரை காடுகளைச் சார்ந்து வாழ்பவர்களாக இருக்கிறார்கள்

2011 கணக்கின் படி, 4,526 வனக் கிராமங்கள் இருக்கின்றன. இதில் உள்ள 22,06,011 மக்களில் 13,32,265 நபர்கள் பட்டியலினத்தைச் சேர்ந்த பழங்குடிகள்.

கடந்த காலங்களில் இடம்பெற்றவை......

1793	கார்ன்வாலிஸ் பிரபுவின் நிரந்தரக் குடியேற்ற சட்டம்
1874	ஒதுக்கப்பட்ட பகுதிகளுக்கான சட்டம் (பிரிட்டிஷ் சட்டங்களைப் பயன்படுத்துவது குறித்து ஆளுநர் முடிவு செய்யலாம்)
1919	இந்திய அரசு சட்டம் (ஒதுக்கப்பட்ட பகுதிகளுக்கான சட்டம் சேர்க்கப்பட்டுள்ளது)
1927	இந்திய வனச் சட்டம் (ஒதுக்கப்பட்ட மற்றும் பாதுகாக்கப்பட்ட காடுகளின் அறிவிப்பு)

1935	இந்திய அரசு சட்டம் (ஒதுக்கப்பட்ட பகுதிகளுக்கான சட்டம் சேர்க்கப்பட்டுள்ளது)
1952	வனக் கொள்கை (%33 நிலம் வனமாக இருக்க வேண்டும்)
1976	42வது சட்டத்திருத்தம் - “வனங்கள்” என்பதும் “வனவிலங்குகள் மற்றும் பறவைகள் பாதுகாப்பு” மாநிலத்திலிருந்து மாநிலம் மற்றும் மத்திய அரசு பட்டியலுக்கு மாற்றம்.
1980	வன பாதுகாப்பு சட்டம் (வனமற்ற நடவடிக்கைகளுக்கு வனமாற்றம் செய்வதற்கான சட்டம்)
1988	தேசிய வனக் கொள்கை – “பழங்குடி மக்களுக்கும் காடுகளுக்கும் இடையில் இணக்கமான உறவு”, “இவர்களின் மரபார்ந்த உரிமைகளையும் தேவைகளையும்” பாதுகாப்பது.
1990	No.90/1-13 - FP(1,2,3,5) சுற்றுச்சூழல், வன மற்றும் காலநிலை மாற்றம் அமைச்சகம் (MoEFCC) இன் வழிகாட்டுதல்கள் (25.10.80க்கு முன்னர் ஆக்கிரமிப்பை ஒழுங்குபடுத்துதல், முறையற்ற தீர்விலிருந்து எழும் சர்ச்சைக்குரிய நில உரிமைக்கோரல்கள்,சட்டவிரோதமாக ரத்து செய்யப்பட்ட 25.10.1980க்கு முன்னர் பட்டாக்கள், குத்தகைகள் மற்றும் மானியங்கள், வன கிராமங்களை வருவாய் கிராமங்களாக மாற்றுதல்)
1995	கோதவர்மன் திருமால்பாட் உச்சநீதிமன்ற வழக்கு அனுமதிக்கப்படுகிறது.

24.12.1996	பெசா (PESA) – 5வது அட்டவணைப் படுத்தப்பட்ட பகுதிக்கான சிறப்பு ஊராட்சி சட்டம்) அமலுக்கு வருகிறது - தன்னாட்சி சட்டம் (5 வது அட்டவணைப் பகுதிகள் இந்தியாவில் 10 மாநிலங்களில் ஜனாதிபதியால் அறிவிக்கப்பட்ட பழங்குடிகள் பெரும்பான்மை பகுதிகள்)
2000 .14.02	IA எண்.548 of 95/202 - உச்சநீதிமன்ற உத்தரவு - தேசியப் பூங்காக்கள் மற்றும் வனவிலங்கு சரணாலயங்களில் உள்ள நோய்வாய்ப்பட்ட மரங்கள் மற்றும் காய்ந்துபோன மரங்கள் வெட்டுவதற்குத் தடை விதிக்கப்பட்டது
2000 .13.11	உச்சநீதிமன்றம் “அடுத்த உத்தரவு வரும்வரை, வனங்கள்/தேசியப் பூங்காக்கள், சரணாலயங்களில் உள்ள பகுதிகளை ஒதுக்கப்பட்ட பகுதிகளிலிருந்து நீக்கக்கூடாது.
23.11.2001	IA no.703 in WP(C) No.202 of 1995 முறைப்படுத்தலிலிருந்து தடுத்தல். மேலும் முறைப்படுத்தல்கள் இல்லை.
2002 .05. 03	செப்டம்பர் 30,2002 க்குள் ஆக்கிரமிப்பாளர்களை வெளியேற்றுவதற்கான “நேரத்திற்குட்பட்ட செயல் திட்டத்தை” சுற்றுச்சூழல் மற்றும் வனத்திற்கான அமைச்சகம் உத்தரவை வெளியிடுகிறது.
மே 2002லிருந்து மார்ச் 2004 வரை, 1,52,400.110 ஹெக்டேர்களிலிருந்து வெளியேற்றம் நடத்தப்பட்டது. இந்தக் காலகட்டத்தில் வனத்தில் வசித்த 3,00,000 பேர் வெளியேற்றப்பட்டார்கள்	
2002 முதல் ஏப்ரல் 2006 ,19 வரை இந்த வெளியேற்றம் தொடர்ந்து நடக்கும்போது 3,05,266.39 ஹெக்டேர் வனங்கள், வனங்களல்லாத வேறு விஷயங்களுக்காக மாற்றியமைக்கப்பட்டன	

12002 .0.10	‘வன ஆக்கிரமிப்பு’ ஒழுங்குபடுத்தலுக்கான மகாராஷ்டிரா உத்தரவு
2002 .30.10	1990 வன நிலம் தொடர்பான உத்தரவுகளை மத்திய வன தலைமை கண்காணிப்பாளர் வலியுறுத்தினார்
2002 30.10	உச்சநீதிமன்ற உத்தரவு - 30.12.2002 முதல் வனத்தை வேறு பயன்பாட்டுக்கு பயன்படுத்துபவர்களிடமிருந்து எக்டருக்கு ரூ .5.80 லட்சம் முதல் ரூ .9.20 லட்சம் வரை “நிகர தற்போதைய மதிப்பு” மற்றும் 23.04.2004 அன்று அமைக்கப்பட்ட இழப்பீட்டு காடு வளர்ப்பு நிதி மேலாண்மை மற்றும் திட்டமிடல் ஆணையத்திற்கு (காம்பா) அனுப்பப்படுகிறது.
12003 .7.01	வனவிலங்கு பாதுகாப்பு திருத்தச் சட்டம் 2002 - இரண்டு புதிய வகையான பாதுகாக்கப்பட்ட இடங்கள் – காப்பு பகுதி - சமூக பகுதி
2004 .03.02	மத்திய சுற்றுச்சூழல் மற்றும் வன அமைச்சகம் வன கிராமங்களை வருவாய் கிராமங்களாக மாற்றுவதை உச்ச நீதிமன்றம் தடை
05.02.2004	31.12.1993 வரை வன நிலங்கள் ஆக்கிரமித்த பழங்குடியினரின் உரிமைகளை ஒழுங்குபடுத்த - உச்ச நீதிமன்றம் தடை
21.07.2004	‘வரலாற்று அநீதி’ குறித்து மத்திய சுற்றுச்சூழல் மற்றும் வன அமைச்சகம் உச்சநீதிமன்றத்தில் பிரமாண பத்திரத்தை சமர்ப்பிக்கிறது.
அக்டோபர் 2004	தேசிய ஆலோசனைக் குழு / பிரதமருடன் CSD கலந்துரையாடல்

21.12.2004	'வெளியேற்றம் இல்லை' என்று மத்திய சுற்றுச்சூழல் மற்றும் வன அமைச்சகம் உத்தரவிடுகிறது
2005 .03.01	அடிப்படை வசதிகளுக்காக வன நிலங்களை தன்னிச்சையாக மாற்றுதல் - வன உரிமைச் சட்டத்தின் பிரிவு 2) 3) உடன் இணைக்கப்பட்டுள்ளது
2005 .08.01	உயிர்வாழ்வதற்கு மற்றும் சுயமரியாதைக்கான பிரச்சாரத்தின் (CSD) வன வெளியேற்றங்கள் மற்றும் போராட்டங்கள் பற்றிய அறிக்கை 'Endangered Symbiosis' (ஆபத்தான கூட்டுவாழ்வு) குறித்து மத்திய அரசாங்கத்தின் தேசிய ஆலோசனைக் குழு விவாதித்தது
19.01.2005	பிரதமருடன் சந்திப்பு
21.03.2005-07	தர்ணா 5000 பங்கேற்கிறது, 1 லட்சம் மக்கள் போராட்டம்; உரிமைக்கோரல்களை தாக்கல் செய்வது தீவிரமடைந்தது
25.04.2005	மசோதாவின் வரைவு
03.05.2005	மசோதா அமைச்சரவைக்கு வருகிறது
12.05.2005	மத்திய சுற்றுச்சூழல் மற்றும் வன அமைச்சகம். ஒழுங்குபடுத்த உத்தரவு - உரிமைக்கோரல்கள் மற்றும் ஒழுங்குமுறை சமர்ப்பித்த வனம் சார்ந்து வாழும் மக்களை வெளியேற்ற வேண்டாம் என்று மத்திய சுற்றுச்சூழல் மற்றும் வன அமைச்சகம் கூறுகிறது (F. No. -2004/3-2FC)
0.07.2005	வரைவு மசோதா பற்றி கருத்துகளை சமர்ப்பிக்க கடைசி தேதி

21.07.2005-20	தொழில்நுட்ப குழு (TSG) மசோதாவை மறுவடிவமைப்பு செய்கிறது.
05.08.2005	புலிகளுக்கான செயற்பாட்டு குழு அறிக்கை சொல்கிறது: “வனங்களைப் பாதுகாப்பது என்பதையும் புலிகளைப் பாதுகாப்பது என்பதையும் தனித்தனியாகப் பிரித்தெடுக்க முடியாது. ஆனால், வனங்களைப் பாதுகாப்பது என்பதே காட்டில் வசிப்பவர்களின் நல்லதுகெட்டதுக்கேற்ப பிணைக்கப்பட்டதுதான்”
2005 .15.08	தேசிய கண்டனம் நாள் – 1,80,000 பேர் பங்கேற்றனர்
03.11.2005	மத்திய சுற்றுச்சூழல் மற்றும் வன அமைச்சகம் உரிமை அங்கீகார உத்தரவு - ஆதாரங்களின் பட்டியல்; 3 அடுக்கு கட்டமைப்பு; சிறு மகசூல் உரிமைகள், இடம் பெயர்ந்த வேளாண்மை; வழக்கமான பயன்பாடு போன்ற உரிமைகள் - வன உரிமைச் சட்டத்தைப் போன்றது
2005 .08.11	சிறை நிறைப்பு போராட்டம் முடிவு
2005 .03.12	கூட்டு நாடாளுமன்றக் குழு (ஜேபிசி) அமைக்கப்பட்டது
13.12.2005	மசோதா நாடாளுமன்றத்தில் தாக்கல் செய்யப்பட்டது
2005 .21.12	உரிமைகள் தீர்வு நிலுவையில் இருப்பதால் எந்த பழங்குடியினரையும் வெளியேற்றக்கூடாது என்று மத்திய சுற்றுச்சூழல் மற்றும் வன அமைச்சகம் உத்தரவு பிறப்பிக்கிறது
28.04.2006	மக்களவை கூட்டுக்குழுவின் வாக்குமூலம் முடிவு

23.05.2006	மக்களவை கூட்டுக்குழு தனது அறிக்கையை நாடாளுமன்றத்தில் சமர்ப்பிக்கிறது
2006 .03.09	வனவிலங்கு பாதுகாப்புச் சட்டத் திருத்தம் (2006 ஆம் ஆண்டின் எண் 39) - புலிகளைப் பற்றிய திருத்தம்
15.12.2006	நாடாளுமன்றத்தில் மசோதா நிறைவேற்றப்பட்டது
2006 .18.12	மசோதா ராஜ்ய சபாவில் நிறைவேற்றப்பட்டது
2006 .29.12	ஜனாதிபதி கையெழுத்திட்டார்
02.01.2007	சட்டம் அறிவிக்கப்பட்டது
பிப்ரவரி 2007	விதிகளுக்கான தொழில்நுட்ப குழு (டி.எஸ்.ஜி). அமைக்கப்பட்ட
மே 2007	தொழில்நுட்ப குழு (டி.எஸ்.ஜி) வரைவு விதிகளை சமர்ப்பிக்கிறது
01.01.2008	விதிகள் அறிவிக்கப்பட்டன
02.01.2008	பொது தகவல்களுக்காக அரசு இதழில் வெளியிடப்பட்டது
03.08.2009	வன நிலம் மாற்றியமைக்கப்படுவதற்கான மத்திய சுற்றுச்சூழல் மற்றும் வன அமைச்சகம் உத்தரவு - இது 5 பிப்ரவரி 2013ல் திருத்தப்படுகிறது, வனப் பாதுகாப்பு சட்ட விதிகள் 2017 ,2016 ,2014இல் திருத்தப்படுகின்றன
19.09.2012	வன உரிமை சட்ட விதிகளில் திருத்தங்கள்

18.01.2016	வன நில உரிமையை எஸ்சி மற்றும் எஸ்டி (வன்கொடுமை தடுப்பு) சட்டம், 1989 இல் சேர்க்கப்பட்டுள்ளன
2016 .03.08	இழப்பீட்டு காடு வளர்ப்பு நிதி சட்டம் (CAFA) (Compensatory Afforestation Fund Act (CAFA))
2017 .05.01	சுரங்கத் துறை அமைச்சகம் மாநில அரசுகளுக்கு தெரிவிக்கும்போது வன உரிமை சட்டப்படி அனுமதி பெற தேவை இல்லை (பழங்குடி நலத்துறை அமைச்சகம் தெரிவித்ததாக) எனவும் ஒப்பந்தம் நடைமுறைப்படுத்தும்போது வன உரிமைச் சட்டப்படி கிராம சபாவிடமிருந்து அனுமதி பெற்றால் போதுமென்ற தவறான தகவலை கொடுக்கின்றார்
2017 .20.03	NTCA – முக்கியமான புலிகள் வாழ்விடம்(CTH) இல் உரிமைகள் இல்லை
04.01.2018	தேசிய பூங்காக்கள் மற்றும் சரணாலயங்களுக்குள் சிக்கலான வனவிலங்கு வாழ்விடங்களை நிர்ணயித்தல் மற்றும் அறிவிப்பதற்கான வழிகாட்டுதல்கள்
12.03.2018	CTH இல் உரிமைகளை அங்கீகரிக்க முடியாது என்று கூறும் உத்தரவை NTCA திரும்பப் பெறுகிறது, அதற்கு பதிலாக முக்கியமான வனவிலங்கு வாழ்விடங்கள் (CWH) ஐப் பின்பற்றவும் என உத்தரவிடுகிறது
04.03.2018	வரைவு தேசிய வனக் கொள்கை - வன உரிமைச் சட்டம் மற்றும் பழங்குடி நலத்துறை அமைச்சகத்தை புறக்கணிக்கிறது

2019 .20.02	MoEFCC – கிராம சபா அனுமதி வனத்தை மாற்றுவதற்கான தேவை; இப்போது ஒப்புதல் பெற்ற பின்னரே கிராம சபா அனுமதி தேவை என்கிறது
2019 .13.02	உரிமைக்கோரல் நிராகரிக்கப்பட்டவர்களை வெளியேற்ற உச்சநீதிமன்றம் உத்தரவிட்டது, உத்தரவு 28.02.2019 அன்று நிறுத்தி வைக்கப்பட்டது
07.03.2019	இந்திய வனச் சட்டம் 1927 இல் திருத்தம் - துப்பாக்கிகளைப் பயன்படுத்துவதற்கான அதிகாரங்கள், வன உரிமைச் சட்டத்தின் கீழ் ஏற்கெனவே அங்கீகரிக்கப்பட்ட வன நில உரிமைகளை மறுக்க அல்லது ரத்து செய்யும் அதிகாரம், வன நிலங்களில் தனியார் துறை உள்ளிட்ட வணிகத் தோட்டங்களை ஊக்குவித்தல், உத்தரவாதமின்றி கைது, சோதனை மற்றும் பொருட்களை பறிமுதல் செய்தல், அபராதம் விதித்தல் போன்றவை திரும்பப் பெறப்பட்டது

பாரம்பரிய அதிகாரங்களை அங்கீகரித்தல்

வன உரிமைச் சட்டம் 2006: செயல்பாட்டில் இருந்து வரும் அனுபவம்

- *ST கள் மற்றும் பிற வனம் சார்ந்த மக்களுக்கு (OTFD) வரலாற்று அநீதியை அங்கீகரிக்கிறது*
- *வன நிர்வாகத்தில் காலனித்துவ மரபிலிருந்து முற்றிலும் மாறுபட்டது*
- *காலனித்துவத்திலிருந்து மாறுவதற்கும் வன நிர்வாகத்தை ஜனநாயகப்படுத்துவதற்கும் குறிப்பிடத்தக்க முயற்சி*
- *பரிந்துரைக்கப்பட்ட தீர்விலிருந்து ஒரு மாற்றம் .... இருப்பிடம் மற்றும் சுற்றுச்சூழல் சார்ந்த தீர்வுகளைத் தொடர்ந்து தேடுவதற்கும் மேம்படுத்துவதற்கும் ஒரு நிறுவன நெறிமுறையை உருவாக்குதல்*
- *வன அதிகாரத்துவத்திலிருந்து வன நிர்வாகத்தை கிராம சபை மூலம் மக்களுக்கு மாற்றுவது*

பதிமூன்று ஆண்டுக்குப் பிறகு....

- *28 மாநிலங்கள் மற்றும் 8 யூனியன் பிரதேசம் (யூ.டி)க் களில் 20 மாநிலங்களும் 1 யூ.டி.யும் மட்டுமே வன உரிமை சட்டம் (FRA) செயல்படுத்தத் தொடங்கியுள்ளன*
- *வன உரிமை சட்டப்படியான வாய்ப்பு - 170,000 க்கும் மேற்பட்ட கிராமங்களில் குறைந்தது 15 கோடி வனம் சார்ந்து வாழும் மக்கள் கிராம எல்லைகளுக்குள் அமைந்துள்ள 3.2198 கோடி ஹெக்டேர் (Forest Survey of India 1999) மற்றும் வடகிழக்கு மாநிலங்களில் குறைந்தது 0.8 கோடி ஹெக்டேர்*
- *MoEFCC 2009 – 'பழங்குடியினர் மற்றும் பிற பாரம்பரிய வனம் சார்ந்து வாழும் மக்கள் (வன உரிமைகளை*

அங்கீகரித்தல்) சட்டம் 2006 கிராம அளவிலான ஜனநாயக நிறுவனங்களுக்கு சுமார் 40 மில்லியன் ஹெக்டேர் சமூக வன வளங்களை பாதுகாக்க உரிமைகளை வழங்கியுள்ளது. மேற்கண்ட சட்டத்தைப் பொறுத்து வன தொடர்பான பிற சட்டங்களை ஒழுங்குபடுத்த வேண்டும்'. (MoEFCC, Government of India (GoI), 'India Forestry Outlook Study', (Bangkok, 2009), Working Paper No. APFSOS II/WP/2009/06, Asia-Pacific Forestry Sector Outlook Study II, Food and Agriculture Organization of The United Nations Regional Office for Asia and The Pacific, pp.75-6, http://www.fao.org/3/am251e/am251e00.pdf)

- *31 டிசம்பர் 2020 நிலவரப்படி 19,97,778 பட்டாகளின் கீழ் அங்கீகரிக்கப்பட்ட 52,71,816.63 ஹெக்டேர் (சாத்தியமான 4 கோடி ஹெக்டேரில் 13.18%)– உண்மையில் இதை விட குறைவாக - வேற வேற வகையில் கொடுத்த பட்டாக்களும் இதில் சேரக் கூடும்*
- *42,59,385 உரிமைகோரல்களில் 92.25% உரிமைகோரல்கள் இறுதி முடிவு செய்யப்பட்டுள்ளன, 46.9% உரிமைகோரல்களுக்கு பட்டாக்கள் வழங்கப்பட்டுள்ளன, 32.43% உரிமைகோரல்கள் நிராகரிக்கப்பட்டுள்ளன.*

ஏன் வன உரிமை சட்டம் ?

FRA மூலம் கிடைக்கும் நியாயங்கள்....

- *"... நியாயமான கோரிக்கைகள் கூட சில நேரங்களில் பார்க்கப்படுவதில்லை. இது பாதிக்கப்பட்டவர்களிடையே பரவலான அதிருப்தியை ஏற்படுத்துகிறது. இதுபோன்ற நிகழ்வுகள், வனங்களை நிர்வகிப்பவர்கள் மீதான நம்பகத்தன்மையையும், வனச்சட்டங்கள் மீதான நம்பிக்கையையும் குறைக்கின்றன. குறிப்பாக, பழங்குடியினர் வாழும் பகுதிகளில்" [No. 13-1/90-FP (2) 18 Sept. 1990, MoEF]*

- "... வனம்சார் பழங்குடியினர் மீது இழைக்கப்பட்ட வரலாற்று அநீதியை நிவர்த்திச் செய்வதற்காக - அவர்களின் மரபுசார் உரிமைகளை அங்கீகரிக்காததால் ஏற்பட்ட அநீதியைத் திருத்தியமைக்க இந்த உரிமைச்சட்டம் உதவுகின்றது [1995 ஆம் ஆண்டு WP (சிவில்) 202 இல் உச்சநீதிமன்றத்தில் 21 ஜூலை 2004 அன்று MoEF வாக்குமூலம்]

முன்னுரை

- வனம் சார்ந்து வாழும் மக்களுக்கு எதிரான வரலாற்று அநீதி - உரிமைகள் அங்கீகரிக்கப்படவில்லை.
- வாழ்வாதாரம் மற்றும் உணவு பாதுகாப்புக்கு காடுகள் முக்கியம்.
- வனம் என்கிற சூழல் அமைப்பில் வனம்சார் மக்களுக்கு வனங்களைப் பாதுகாப்பதில் முக்கியப் பங்கு உண்டு.
- வனஉரிமைச் சட்டம் என்பது வனம்சார் உரிமைகளை அங்கீகரித்து அவர்களுக்கான உரிமைகளை வழங்குகிறது - அதற்கான வழிமுறைகளையும் முன்வைக்கிறது.
- அரசாங்க வளர்ச்சி கொள்கைகள் மற்றும் திட்டங்கள் காரணமாக வனம் சார்ந்து வாழும் மக்கள் பாதிக்கப்பட்டுள்ளனர்.

வன உரிமை சட்டம் என்பது உரிமைகளைக் கோருவது மட்டுமல்ல...

- வனத்தில் ஒரு பகுதியின் மீதான அதிகாரத்தைக் கிராம சபைகளுக்கு மாற்றித் தருகிறது - வனம் மற்றும் வாழ்வாதார மேலாண்மையில் ஒரு புதிய துவக்கத்துக்கு வித்திடுகிறது.
- மக்களை அடிப்படையாகக் கொண்ட, மக்களை மையமாகக் கொண்ட வனம்சார் மேலாண்மை.
- சூழல் பாதுகாப்பு அறிவியல், சுற்றுச்சூழல்/வாழ்வாதாரம்/ மேலாண்மை தொடர்பான, வளர்ந்துவரும் சர்வதேச கட்டமைப்புகளை அடிப்படையாகக் கொண்ட வழிமுறைகளை முன்வைக்கிறது.

வன உரிமை சட்டம் 2006

வன உரிமைச் சட்டம் மூலம்

- *கணிசமான உரிமைகள்: வனங்களில் வசிக்கும் பட்டியலின பழங்குடிகளுக்கும் பிற மரபார்ந்த வனம்சார் மக்களுக்கும் வனம்சார் உரிமைகள் வழங்கப்படுகின்றது.*
- *உரிமைகளை அங்கீகரிப்பதற்கான வழிமுறை : கிராம அளவிலான கூட்டங்களிலும் கிராமசபைகளிலும் ஜனநாயக முறையிலான மேலாண்மை.*
- *வனங்களைப் பாதுகாக்கவும் கட்டிக்காக்கவும் வனங்களின் பல்லுயிரியம், வனவிலங்குகள், மரபார்ந்த வழக்கங்கள், நீர்வளங்கள், வன வளங்கள் உள்ளிட்ட சமூக வளங்களை நிர்வகிக்கவும்*

எங்கேயெல்லாம் இந்தச் சட்டம் செல்லுபடியாகும் –

- *அதிகாரம் எல்லா வனங்களுக்கும் பொருந்தும் - வனம் என்று அங்கீகரிக்கப்பட்ட எல்லா இடத்துக்கும் பொருந்தும் (பகுதி 2 (d)) - பகுக்கப்படாத வனங்கள், எல்லை வரையறுக்கப்படாத வனங்கள், வனங்கள் என்று கருதப்படும் இடங்கள், ஏற்கெனவே உள்ள வனங்கள், பாதுகாக்கப்பட்ட வனப்பகுதிகள், வனவிலங்கு சரணாலயங்கள், தேசிய பூங்காக்கள், பாதுகாக்கப்பட்ட புலிகள் காப்பக மண்டலங்கள், தரிசு நிலங்கள் உட்பட.*
- *அகராதியில் வரையறுக்கப்பட்டபடி 'வனம்' என்பது எதுவோ, அதைத் தவிர, அதிகாரபூர்வமான பகுப்பு, உடைமை ஆகியவை எவ்வாறு இருந்தாலும், அரசாங்க ஆவணங்களில் வனம் என்று குறிப்பிடப்பட்ட எல்லாமே [TN Godavraman Thirumalpad vs. Union of India & Ors, judgement dt 12.12.199, (1997) 2SCC 267]*
- *ஜம்மு காஷ்மீர் தவிர இந்தியாவின் எல்லா மாநிலங்களிலும் (பிரிவு 1 (2)); 2019 இல் ஜம்மு காஷ்மீர் வரை நீடிக்கப்பட்டுள்ளது.*

- அரசியலமைப்பு பிரிவு 371 ஏ மற்றும் 371 ஜி ஆகியவற்றின் படி நாகலாந்து மற்றும் மிசோரம் சட்டமன்றங்கள் இந்த சட்டம் அமுல்படுத்த தீர்மானம் நிறைவேற்றப்படவேண்டும்; நாகலாந்து முடிவு செய்யவில்லை, பெரும்பாலான காடுகள் சமூக கட்டுப்பாட்டில் உள்ளதால் ('வகைப்படுத்தப்படாத காடுகள்') மிசோரம் சட்டத்தை அமுல்படுத்தும் முடிவை திரும்பப் பெற்றது.
- பஞ்சாயத்து, முனிசிபாலிட்டி எல்லா இடங்களுக்கும் செல்லுபடியாகும் (பிரிவு 1(2)) - விதிவிலக்கு இல்லை.
- MoTA வின்கீழ் வரையறுக்கப்பட்ட எல்லா முனிசிபாலிட்டி இடங்களுக்கும் செல்லுபடியாகும். [F.No.19020/02/2012 dtd 29 April 2013]

வன உரிமைச் சட்டம் யாருக்கானது?

- வனம் சார்ந்து வாழும் பழங்குடியினருக்கு [பிரிவு2(c)] பொருள்
    - எஸ்.டி.க்களின் உறுப்பினர்கள் அல்லது சமூகம்
    - வனத்திலும் வனம் சார்ந்த இடங்களிலும் பிரதானமாக வசிப்பவர்கள்
- வனத்திலும் வனம்சார் நிலங்களிலிருந்தும் தங்கள் வாழ்வாதாரத்துக்கான தேவைகளைப் பெற்றுக்கொள்பவர்கள்.
- 13.12.2005க்கு முன்னர் வன நிலங்களை அனுபவித்துள்ளது[பிரிவு4(3)] மற்றும் மேச்சலில் ஈடுபடும் எஸ்.டி சமூகங்கள் அடங்கும் 'முதன்மையாக' என்பது காடுகளில் உண்மையான குடியிருப்பு என்று அர்த்தமல்ல, ஆனால் காடுகளை சார்ந்திருத்தல்.
- OTFD [பிரிவு2(o)] என்றால்
    - வனம் சார்ந்த பிற மக்கள் (OTFD) (பிரிவு 2.O) என்றால்
    - உறுப்பினர் அல்லது சமூகத்தை சார்ந்தவர்

- மூன்று தலைமுறையாகவோ (ஒரு தலைமுறை என்பது 25 ஆண்டுகள், மூன்று தலைமுறை என்றால் 75 ஆண்டுகள்), 13.12.2005க்கு முன்னதாகவோ பிரதானமாக வனம்களிலும் வனம்சார் நிலங்களிலும் வசிப்பவர்கள் /வனம் அல்லது வனம்சார் நிலங்களிலிருந்து தங்களுக்கான வாழ்வாதாரத் தேவைகளைப் பெற்றுக்கொள்பவர்கள்.
- "உறுப்பினர் அல்லது சமூகத்தை சார்ந்தவர்" "முதன்மையாக காடு அல்லது வன நிலத்தில் வசிக்க வேண்டும்" அல்லது அவர்கள் வாழ்வாதார தேவைகளுக்காக காடு அல்லது வன நிலத்தில் நம்பியிருக்கிறார்கள்.
- ஒரு OTFD கிராமம் சட்டத்தின் கீழ் அதன் தகுதியை நிறுவினால், ஒவ்வொரு நபரும் தனித்தனியாக அவ்வாறு செய்ய வேண்டிய அவசியமில்லை [பிரிவு 2(o) "எந்த உறுப்பினர் அல்லது சமூகத்தையும்" குறிக்கிறது]
- "முதன்மையாக காடுகள் அல்லது வன நிலங்களில் வசிக்கிறார்கள்"
- 9.6.2008இல் வந்த MoTAவின் சுற்றறிக்கை ஒன்று, "இவர்கள் வனத்துக்குள்தான் வசிக்க வேண்டும் என்று கட்டாயமில்லை, தங்கள் வாழ்வாதாரத்துக்காக வனங்களையே நம்பியவர்களாக இருந்தால் போதுமானது FRA 2006 இன் 2 (c) மற்றும் 2 (o) பிரிவுகளில் கொடுக்கப்பட்டுள்ளபடி FDST மற்றும் OTFD" என்று குறிப்பிட்டது.
- "குடியேறுதல்" மற்றும் "முதன்மையாக வசிக்கும் வனம் சார்ந்து வாழும் மக்கள் அவசியம் காட்டுக்குள்ளும், வன உரிமை என்று கூறப்படும் நிலத்திலும் இருக்க வேண்டும் என்று அர்த்தமல்ல."
- எந்தவொரு வனத்தையும் அறிவிக்கும் தேதி OTFD களின் தகுதியை தீர்மானிக்க பொருத்தமான அளவுகோல் அல்ல.

- விதி 13இல் குறிப்பிடப்பட்டுள்ள ஆதாரங்களில், இரண்டு இருந்தாலே போதுமானது.
- "நியாயமான வாழ்வாதாரத் தேவைகளுக்காகக் வனங்களையோ வன நிலங்களையோ சார்ந்திருப்பவர்கள்" - என்றால் முதன்மையாக வனம்சார் வாழ்வாதாரமாகவோ, வாழ்வாதாரத்தில் முழுமையுமோ காட்டிலிருந்தோ கிடைக்கவேண்டும் என்பதில்லை - வேறு பணியில் இருந்தாலும் உரிமை கோருவதற்கான தடை இல்லை.
- உரிமைகோருபவர் ஒரு தனிநபர், குடும்பம், கிராமசபையின் சமூகக் குழுவாக இருக்கலாம்.
- விதி 2 (1) (ஆ): "உண்மையான வாழ்வாதார தேவைகள்" என்றால் விதி (3) உட்பிரிவு (1) இல் குறிப்பிடப்பட்டுள்ள எந்தவொரு உரிமைகளையும் பயன்படுத்துவதன் மூலம் சுய மற்றும் குடும்பத்தின் வாழ்வாதார தேவைகளை பூர்த்தி செய்தல் மற்றும் அத்தகைய உரிமைகளைப் பயன்படுத்துவதால் எழும் உபரி விளைபொருட்களின் விற்பனையும் அடங்கும்."
- "வாழ்வாதாரம்" - "பிழைப்பு/உயிர்வாழ்வு" என்ற தவறான புரிதல்
- வன உரிமை என்பது வெறும் உயிர் வாழ்வதற்கானதல்ல, வனம்சார் மக்கள் எல்லாருமே ஆரோக்கியமான, நல்ல வாழ்வை வாழ்வதற்குத் தகுதியானவர்களே.
- "வன நிலத்தில் குடியேறுதல்" - என்றால் வன நிலத்தின் உரிமையாளர்கள் என்று பொருளல்ல, தனிப்பட்டோ பலருடன் சேர்ந்தோ மரபார்ந்து வன நிலங்களிலிருந்து வாழ்வாதாரத்தைப் பெற்றுக்கொள்பவர்கள்.

வன உரிமை

- பிரிவு 3 (1) (a) முதல் (m) வரை - வன நிலங்களை உடைமையாக்கிக்கொள்வதற்கான உரிமை அல்ல, ஆனால் பயன்படுத்த உரிமைகள் மட்டுமே - அவற்றைப் பயன்படுத்திக்கொள்வதற்கான தனிமனித/சமூக உரிமை அல்லது இரண்டும்.
- பிரிவு 3 (1) (a) சாகுபடி உரிமை - தனிப்பட்ட உரிமைகள் மற்றும் பிற அனைத்து வகைகளுக்கான உரிமைகளும் சமூக உரிமைகள்.

உரிமைகளின் நான்கு பரந்த பிரிவுகள் :

1. நிலத்தின் மீதான உரிமைகள்: பிரிவு 3 (1) (a); 3 (1) (e); 3 (1) (f); 3 (1) (g); 3 (1) (h); 3(1)(m) பிரிவு 4 (8) உடன் படிக்கவும்.
2. வன வளங்களை பயன்படுத்துவதற்கான உரிமைகள்: பிரிவு 3(1)(b); 3(1)(c) பிரிவு 2(i) உடன் படிக்கவும் (சிறு வன மகசூல் வரையறை) and (விதி 2(1)(d) ((‘சிறு வன விளைபொருட்களை அகற்றுவது’ என்பதன் பொருள்’)); 3(1)(d); 3(1)(j); 3(1)(k).
3. பாதுகாப்பு : சமூக வன வளங்கள் (CFR) - பிரிவு 2(a) (சமூக வன வளத்தின் வரையறை); 3(1)(i) மற்றும் 5(d) விதி 4(1)(f), 8(i), 11(1)(b), 11(4), 12(1)(f), 12(1)(g), 12B(4), மற்றும் 13(2) உடன் படிக்கவும்
4. மேம்பாடு தொடர்பான உரிமைகள்: பிரிவு 3 (2): கீழ்க்காணும் விதிமுறைகள் பின்பற்றப்படும்பட்சத்தில் உள்ளூர் மேம்பாட்டுத் திட்டங்களை மேற்கொள்ளலாம் என்று பட்டியலிடுகிறது:
    - ஒரு ஹெக்டேருக்கும் கீழான அளவில் வன நிலம் மாற்றியமைக்கப்படவேண்டும்.
    - வெட்டப்படும் மொத்த மரங்கள் 75க்கும் குறைவாகவே இருக்கவேண்டும்.
    - கிராம சபையிடம் முன்பே அனுமதி பெற்றிருக்கவேண்டும்.

சான்றுகள்

உரிமைக்கோரலை ஏற்பதற்கான ஆதாரங்கள் (விதி 13 - குறைந்தபட்சம் இரண்டு)

1. *பொது ஆவணங்கள், அரசு ஆவணங்கள்: கெசட்டுகள், சென்சஸ், சர்வே மற்றும் குடியேற்ற அறிக்கைகள், வரைபடங்கள், செயற்கைக்கோள் புகைப்படங்கள், செயல்திட்டங்கள், மேலாண்மைத் திட்டங்கள், குறுந்திட்டங்கள், வனம்சார் விசாரணை அறிக்கைகள், பிற வனம்சார் அறிக்கைகள், உரிமைசார் அறிக்கைகள், பட்டா, லீஸ் ஆவணங்கள், அரசால் உருவாக்கப்பட்ட விசாரணைக்குழுக்களின் அறிக்கைகள், அரசு உத்தரவுகள், சுற்றறிக்கைகள், முடிவுகள் (விதி 13 (a))*

2. *அரசு அங்கீகரிக்கப்பட்ட ஆவணங்கள் -வாக்காளர் அடையாள அட்டை, ரேஷன் கார்டு, பாஸ்போர்ட், வீட்டு வரி ரசீதுகள், குடியிருப்பு சான்றிதழ்கள் போன்ற; [விதி 13 (1) (b)]*

3. *பொருள் ரீதியான அடையாளங்கள் - வீடு, குடிசைகள் மற்றும் நிலத்தை சமன் செய்தல், வரப்புகள், தடுப்பு அணைகள் போன்ற நிரந்தர மேம்பாடுகள் [விதி 13 (1) (c)]*

4. *நீதிமன்ற உத்தரவுகள் மற்றும் தீர்ப்புகள் உள்ளிட்ட நீதித்துறை சார்ந்த மற்றும் நீதித்துறை பதிவுகள்; [விதி 13 (1) (d)]*

5. *ஆராய்ச்சிக்கட்டுரைகள், மரபுசார் பழக்கவழக்கங்கள் பற்றிய ஆவணங்கள், வனம்சார் உரிமைகளைப் பயன்படுத்தியது தொடர்பான ஆவணங்கள், உதாரணமாக மானுடவியல் ஆராய்ச்சி ஆவணங்கள் - விதி 13 (1)(e)*

6. *சலுகைகள், உதவிகள், முந்தைய மன்னர்களிடமிருந்து அல்லது மாகாணங்கள் அல்லது பிற ஜமீன்தார்களிடமிருந்து பதிவு; [விதி 13 (1) (எஃப்)](f)*

7. *பழைமையை நிறுவும் கட்டுமானங்கள் - கிணறுகள், கல்லறை மற்றும் புனிதத்தலங்கள் - விதி 13 (1) (g)*

8. முந்தைய நிலப் பதிவுகளில் குறிப்பிடப்பட்ட நபர்களுக்கு வம்சாவளியைக் கண்டுபிடிக்கும் அல்லது முந்தைய காலகட்டத்தில் கிராமத்தில் முறையான குடியிருப்பாளராக அங்கீகரிக்கப்பட்டது; [விதி 13 (1) (h)]

9. உரிமைகோருபவர்களைத் தவிர பெரியவர்களின் அறிக்கை, எழுத்துப்பூர்வமாகக் குறிப்பு. [விதி 13 (1) (i)]

சமூக வன உரிமைகளுக்கான சான்றுகள் [விதி 2) 13)]

அடங்கும்–

1. சமூக உரிமைகள் எந்தப் பெயரில் இருந்தாலும், அரசர்கள் கொடுத்த சான்றுகள் போன்ற;

2. பாரம்பரியமான மேய்ச்சல் நிலங்கள், கிழங்குகள், கால்நடைக்கான தீவனம், பழங்கள், பிற காட்டுப்பொருட்கள் எடுக்கும் இடங்கள், மீன்பிடித்தலங்கள், நீர்ப்பாசனங்களுக்கான அமைப்புகள், மனிதர்கள்/கால்நடைக்கான நீராதாரங்கள், மரபுசார் மூலிகை வைத்தியர்கள் மூலிகைகள் சேகரிக்கும் இடங்கள்.

3. உள்ளூர் மக்கள் ஏற்படுத்திய கட்டுமானங்களின் எச்சம், புனிதத் தலங்கள், சோலைகள், குளங்கள், ஆறுகள், கல்லறை மற்றும் மயானத்தலங்கள்.

4. இப்போதைய வனப்பகுதியைப் பாதுகாக்கப்பட்ட வனப்பகுதியாகவோ கிராமப் பொது நிலங்களாகவோ நிஸ்தாரி வனங்களாகவோ அங்கீகரித்து வகைமைப்படுத்தும் பழைய அரசு ஆவணங்கள்.

5. மரபுசார் விவசாயம் (இப்போதோ பழங்காலத்திலோ)

இங்கு குறிப்பிடப்பட்ட ஆதாரங்களைக் கிராமசபை, SDLC, DLC ஆகியோர் பரிசீலனை செய்யவேண்டும்.

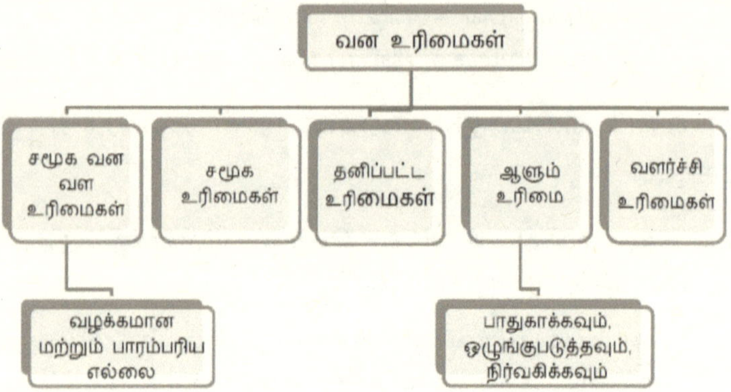

வன உரிமைகள்: பாதுகாக்க, பராமரிக்க மற்றும் ஒழுங்குபடுத்தும் அதிகாரம்

பிரிவு 5

இந்தச் சட்டத்தின் கீழ் எந்தவொரு வன உரிமையையும் வைத்திருப்பவர்கள் உள்ள பகுதிகளில் எந்தவொரு வன உரிமை, கிராமசபை மற்றும் கிராம அளவிலான நிறுவனங்களை வைத்திருப்பவர்கள் அதிகாரம் பெற்றவர்கள் —

i. வனவிலங்கு, காடு மற்றும் பல்லுயிர் ஆகியவற்றைப் பாதுகாக்கவும்;

ii. அருகிலிருக்கும் நீர்ப்பிடிப்புப் பகுதிகள், நீராதாரங்கள், சூழல்சார்ந்த இடங்கள் எல்லாம் பாதுகாக்கப்படுகின்றனவா என்று உறுதிசெய்வது;

iii. அவர்களின் கலாச்சார மற்றும் இயற்கை பாரம்பரியத்தை பாதிக்கும் எந்தவொரு அழிவுகரமான நடைமுறைகளிலிருந்தும் வாழ்விடம்

பாதுகாக்கப்படுவதை உறுதிசெய்ய;

iv. சமூக வன வளங்களை அணுகுவதை ஒழுங்குபடுத்துவதற்கும், வன விலங்குகள், காடு மற்றும் பல்லுயிரியலை மோசமாக பாதிக்கும் எந்தவொரு செயலையும் தடைசெய்வதற்கும் கிராமசபையில் எடுக்கப்பட்ட முடிவுகள் இணங்குவதை உறுதிசெய்க.

பிரிவு 3(1)(i)

அவர்கள் பாரம்பரியமாக பாதுகாத்து, நிலையான பயன்பாட்டிற்காக பாதுகாத்து வரும் எந்தவொரு சமூக வன வளத்தையும் பாதுகாக்க, மீளுருவாக்கம் செய்ய அல்லது காப்பாற்ற அல்லது நிர்வகிப்பதற்கான உரிமைகள்; இந்த சட்டத்தின்கீழ் வனம்சார் உரிமைகளைக் கோருபவர்களுக்குக் கீழ்க்கண்டவற்றுக்கும் உரிமை உண்டு

உடன் படியுங்கள் :

- *பிரிவு 2 (a): சமூக வன வளத்தின் வரையறை(CFR)*
- *பிரிவு 4 (2): நெருக்கடியான வனவிலங்கு வாழ்விடம்(CWH)*
- *பிரிவு 5: கிராம சபையின் சி.எஃப்.ஆரை (CFR) நிர்வகிக்க அதிகாரம்*

பிரிவு 2 (a): "சமூக வன வள" என்பது கிராமத்தின் பாரம்பரிய அல்லது வழக்கமான எல்லைகளுக்குள் வழக்கமான பொதுவான வன நிலம், அல்லது ஆயர் சமூகங்களால் பருவகாலத்தில் பயன்படுத்தும் நிலங்கள், ஒதுக்கப்பட்ட காடுகள், பாதுகாக்கப்பட்ட காடுகள் மற்றும் சரணாலயங்கள் மற்றும் தேசிய பூங்காக்கள் உட்பட பாதுகாக்கப்பட்ட பகுதிகள் உள்ளிட்ட பிரிவு

- *விதி 4(1)(e) மற்றும் (f): வன உரிமை மேலாண்மைக் குழு ஒன்று கிராம அளவில் உருவாக்கப்படவேண்டும். அந்தக்*

குழு, பாதுகாப்புக்கும் மேலாண்மைக்குமான செயல்திட்டத்தை உருவாக்கவேண்டும்.

- சரியான பயன்பாடு - பல்லுயிரிய சட்டத்தின் பகுதி 2(o) - வருங்காலத்தில் குறைபாடு ஏற்படாத வகையில் பயன்பாடு இருக்கவேண்டும். இந்தத் தலைமுறைக்கு மட்டுமல்லாமல் எதிர்காலத் தலைமுறையினரும் வளங்களைப் பயன்படுத்தும் வகையில் அவை மேலாண்மை செய்யப்படவேண்டும்.

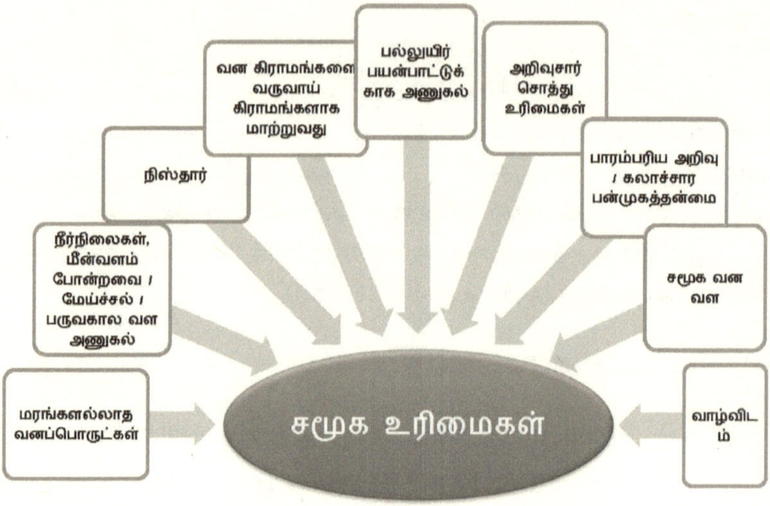

பிரிவு 3(1)(b)

நிஸ்தார் போன்ற எந்தப் பெயரால் குறிப்பிடப்பட்டிருந்தாலும், மாகாணங்கள், சமீன்தாரி முறைகளின் ஆவணங்களில் குறிப்பிடப்பட்டிருந்தாலும்.

அழிக்காமல்/விற்காமல் பயன்படுத்திக்கொள்ளும் உரிமை : மேய்ச்சல், விறகு, மரம், மணல் உள்ளிட்ட பிற கனிமங்கள், மயானங்கள், கல்லறைத்தோட்டங்கள், பள்ளிகள்/ சாலைகள்/நீர்ப்பாதைகள் உள்ளிட்ட பொது வசதிகள்.

பிரிவு 3(1)(c)

பாரம்பரியமாக கிராம எல்லைகளுக்குள் அல்லது வெளியே சேகரிக்கப்பட்ட சிறு வன விளைபொருட்களை சேகரித்தல், பயன்படுத்துதல் மற்றும் அப்புறப்படுத்துவதற்கான பயன்பாட்டு அணுகல் மற்றும் சொந்தமாக வைத்திருக்கும் உரிமை.

- *பிரிவு 2(i) - காட்டு வளங்கள் என்பவை மரத்தைத் தவிர்த்த மற்ற வளங்கள் : மூங்கில், ப்ரஷ்வுட், வெட்டப்பட்ட மரத்தின் அடிப்பகுதி, பிரம்பு, பட்டுப்புழுக் கூடுகள், தேன், மெழுகு, அரக்கு, பீடி இலைகள், மூலிகைகள், வேர்கள், கிழங்குகள் (மத்திய சுற்றுச்சூழல் அமைச்சகத்தின் சட்டவரைவிலிருந்து)*
- *விதி 2 (d): "சிறு வன மகசூல் அகற்ற" ... சேகரிப்பவர்கள் அல்லது அவர்களின் கூட்டுறவு நிறுவனங்கள் அல்லது சங்கங்கள் அல்லது வாழ்வாதாரத்திற்கான கூட்டமைப்புகள் சேகரிப்பதற்கான உரிமைகள் மற்றும் தனிநபர் அல்லது கூட்டு செயலாக்கம், சேர்த்து வைத்தல், மதிப்பு கூட்டல், வனப்பகுதிக்கு உள்ளேயும் வெளியேயும் போக்குவரத்து போன்றவற்றைப் பயன்படுத்துவதற்கு பொருத்தமான போக்குவரத்து வழிமுறைகள்.*

விளக்கம் :

i. சிறு வன மகசூல் கொண்டு செல்வதற்கான போக்குவரத்து அனுமதி விதி (4) (1) (e) இன் கீழ் அமைக்கப்பட்ட குழு அல்லது கிராமசபையால் அங்கீகரிக்கப்பட்ட நபரால் வழங்கப்பட வேண்டும்.

ii. இது எந்த வகையிலும் சிறு வன விளைபொருட்களை அகற்றும் உரிமையை கட்டுப்படுத்தவோ அல்லது சுருக்கவோ செய்யாது.

iii. சிறு வன விளைபொருட்களின் சேகரிப்பு அனைத்து ராயல்டி அல்லது கட்டணங்கள் அல்லது வேறு எந்த கட்டணங்களிலிருந்தும் விலக்கு இருக்கும்.

பிரிவு 3(1)(d)

மீன்கள் உள்ளிட்ட நீர்நிலைகளின் வளங்களைப் பயன்படுத்திக்கொள்ளுதல், மேய்ச்சல், நாடோடி மற்றும் ஆயர் சமூகங்களின் மரபுசார் பருவகாலச் செயல்பாடுகள்.

- பிரிவு 2(a): சமூகக் காட்டு வளம் என்றால் என்ன என்று வரையறுப்பது: மேய்ச்சல் இனக்குழுக்கள் பருவகாலங்களையொட்டி வளங்களைப் பயன்படுத்திக்கொள்வது.
- பிரிவு 2(c): குறிப்பாக ஆயர் சமூகங்களை உள்ளடக்கிய காடுகளில் வசிக்கும் பழங்குடியினரின் வரையறை.
- விதி 8 (b): மாவட்ட அளவிலான குழு (DLC) ஆயர் மற்றும் நாடோடி பழங்குடியினரின் அனைத்து உரிமைகோரல்களும் சட்டத்தின் நோக்கங்களை மனதில் கொண்டு முடிவு செய்யப்பட்டுள்ளன என்பதை உறுதிப்படுத்த வேண்டும்.
- விதி 12(1)(c): மேய்ச்சல் இனக்குழுக்கள் மற்றும் நாடோடிப் பழங்குடியினரின் உரிமைக் கோரல்களைச் சரிபார்க்கும்போது, அவர்களோ அல்லது அவர்களின் பிரதிநிதிகளோ உடனிருக்கும்படி வன உரிமைகள் குழு பார்த்துக்கொள்ளவேண்டும். விதி 4(2)ன் கீழ் கிராமசபைக் கூட்டங்களில் குறைந்தது எத்தனை பேர் இருக்கவேண்டும் என்பதும் வரையறுக்கப்பட்டுள்ளது.
- விதி 12 B இன் கீழ் ஆயர், மலை மற்றும் தாழ்நில மேய்ச்சல் நிலங்களுக்கு இடையில் கால்நடைகளின் பருவகால பயணம் மற்றும் நாடோடி சமூகங்களால் உரிமைகோரல்களைத் தாக்கல் செய்ய டி.எல்.சி மேலும் தேவைப்படுகிறது, பிரிவு 3(1)(d) இன் கீழ்.
- மேய்ச்சல் இனக்குழுக்களும் நாடோடிகளும் உரிமை கோரல்களுக்கான மனுக்களைச் சமர்ப்பிக்கும்போது, அவற்றுக்கான வசதிகளை மாவட்டக்குழு ஏற்படுத்தித்தரவேண்டும் என்றும் விதி 12B நிர்ணயிக்கிறது.

பிரிவு 3(1)(e)

பழமையான பழங்குடி குழுக்களுக்கான (PVTG) மற்றும் விவசாயத்திற்கு முந்தைய சமூகங்களின் சமூக சுவாதீன உடன்படிக்கை உள்ளிட்ட உரிமைகள் வாழ்விடம் மற்றும் வசிப்பிடம்;

- *பிரிவு 2(h): 'வாழ்விடம்' - பழங்கால பழங்குடி குழுக்கள் (PVTG) மற்றும் விவசாயத்திற்கு முந்தைய சமூகங்கள் மற்றும் பிற வனம் சார்ந்து வாழும் பட்டியலிடப்பட்ட பழங்குடியினரின் ஒதுக்கப்பட்ட காடுகள் மற்றும் பாதுகாக்கப்பட்ட காடுகளில் உள்ள வழக்கமான வாழ்விடங்கள் மற்றும் பிற வாழ்விடங்களை உள்ளடக்கிய பகுதி.*
- *பழமையான பழங்குடியினர் குழுக்கள், இப்போது குறிப்பாக பாதிக்கப்படக்கூடிய பழங்குடியினர் குழுக்கள் (பிவிடிஜி) என்று அழைக்கப்படுகின்றன. 75 இனம் தொல்குடிகளாக அங்கீகரிக்கப்படுகின்றன.*
- *பழங்குடியினருக்கான அமைச்சகத்தின் சுற்றறிக்கை - 29.4.2015 - எளிதில் பாதிப்புக்குள்ளாகக்கூடிய பழங்குடியினருக்கான வாழிட உரிமை - வசிப்பிட உரிமையாகத் தவறாகப் புரிந்துகொள்ளப்பட்டிருக்கிறது - சட்டத்தின் நோக்கம் அதுவல்ல.*

பிரிவு 3(1)(h)

வசிப்பதற்கான உரிமை, வனம்சார் கிராமங்கள், ஏற்கெனவே இருந்த வாழிடங்கள், சர்வே செய்யப்படாத கிராமங்கள் (ஆவணப்படுத்தப்பட்டிருக்கின்றனவோ இல்லையோ) எல்லாவற்றையும் வருவாய் கிராமங்களாக மாற்றுவதற்கான உரிமை.

- *மத்திய சுற்றுச்சூழல் அமைச்சகத்தின் 18.9.1990 (No.13-1/90-FP (5)) சுற்றறிக்கையிலிருந்து எடுக்கப்பட்ட வரையறை.*
- *மத்திய சுற்றுச்சூழல் அமைச்சகம் 3.2.2004இல் இன்னொரு சுற்றறிக்கையை வெளியிட்டது - [11-70/2002 - FC (Pt)]. அதில், வனம்சார் கிராமங்களை வருவாய் கிராமங்களாக மாற்றுவதற்கான செயல்பாடுகளை முடுக்கிவிடுவதற்கான உத்தரவு அறிவுறுத்தல் இருந்தது.*

பிரிவு 3(1)(k)

பல்லுயிர் மற்றும் சமூக அறிவுசார் சொத்துரிமை மற்றும் பல்லுயிர் மற்றும் கலாச்சார பன்முகத்தன்மை தொடர்பான பாரம்பரிய அறிவுக்கான பயன்பாட்டு அணுகல் உரிமை.

- பயன்படுதிக்கொள்வதற்கான உரிமை - இதை யாருக்கும் மாற்றித் தர முடியாது [பிரிவு 4(4)]
- அறிவுசார் சொத்துரிமை ஒரு சமூக உரிமை - தனி மனிதர்களுக்கு இந்த உரிமை கிடையாது.

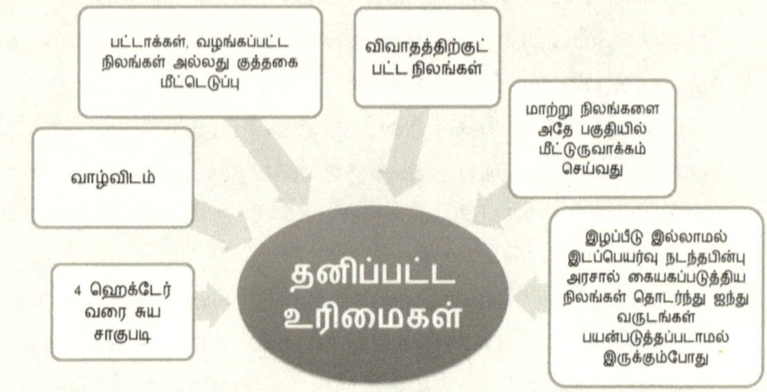

பிரிவு 3(1)(a)

வசிப்பிடத்திற்கான தனிப்பட்ட அல்லது பொதுவான குடியேற்றத்திற்கா அல்லது வனம்சார்ந்து வாழும் பழங்குடியினரின் உறுப்பினர்கள் அல்லது பிற பாரம்பரிய வனம்சார்ந்து வாழும் மக்களின் வாழ்வாதாரத்திற்காக சுய சாகுபடிக்கு கீழ் உள்ள வன நிலத்தில் வாழ உரிமை.

- பயிரிடுதல் மற்றும் அதுசார்ந்த தொழில்கள் - கால்நடை வளர்த்தல், போரடித்தல் உள்ளிட்ட அறுவடைக்குப் பின்னான செயல்பாடுகள், காட்டுப்பயிர்கள், விளைந்த பொருட்களைச் சேமித்துவைத்தல் (விதி 12- A(8)),
- நிலத்தை சொந்தமாக்க உடைமை இல்லை.
  - பிரிவு 4(3) - 13.12.2005க்கு முந்தைய காலகட்டத்திலிருந்தே உடைமை இருக்கவேண்டும், அந்த உடைமைக்குச் சான்றும் இருக்கவேண்டும்.

- *பிரிவு 4(4) - இதை வேறொருவருக்கு மாற்றித் தர முடியாது - திருமணமானவராக இருந்தால் இருவருக்குமான பொது உரிமை, குடும்பத் தலைவர் ஒருவர் என்ற பட்சத்தில் ஒருவருக்கான உரிமை, இதை அடுத்த தலைமுறைக்குத் தரலாம்: இஃது ஒரு மரபுரிமை, நேரடி வாரிசுகள் இல்லாத பட்சத்தில் சொந்தக்காரர்களுக்கு.*
- *பிரிவு 4(6) : வாழ்கின்ற நிலப்பகுதி மட்டும், அது நான்கு ஹெக்டேருக்குக் குறைவாக இருக்கவேண்டும்.*

பிரிவு 3(1)(f)

சிக்கலுக்கான உரிமைக்கோரல்கள்

- *உதாரணமாக: காடு என்று கருதப்படும் நிலங்கள், உரிமைகளை அங்கீகரிக்கும் செயல்முறையைப் பின்பற்றாமல் அறிவிக்கப்பட்டது.*
- *வனக் குடியேற்றங்கள் தீர்வு நடக்காதது, தொடங்காத, அல்லது முறையாக மேற்கொள்ளப்படாத வன நிலம்.*
- *பிரிவு 4 இன் கீழ் அறிவிப்பு வெளியிடப்பட்டது, ஆனால் இறுதி அறிவிப்பு வெளியிடப்படவில்லை. [MoEFCC 18.9.1990, No. 13-1/90-FP(2)]*
- *நிலத்தின் தன்மை குறித்து தற்போதுள்ள துறைசார்ந்த தகராறுகள் உள்ளன (உதாரணமாக : மத்திய பிரதேசம் மற்றும் சத்தீஸ்கரில் ஆரஞ்சு நிற பகுதிகள்; மகாராஷ்டிராவில் தாலி நிலங்கள், வேளாண் வனத்துறைக்கு குத்தகை வழங்கப்பட்டது.)*

பிரிவு 3(1)(g)

பட்டா அல்லது குத்தகை அல்லது எந்த மாநிலத்திலும் அரசால் வழங்கப்பட்ட வன நிலங்களை அங்கீகரித்து பட்டா வழங்குதல்.

- *ரத்து செய்யப்பட்ட பட்டாக்கள் அல்லது குத்தகை அல்லது மானியங்கள் மீட்டெடுப்பதற்காக 18.9.1990 இன் MoEFCC 1990 வழிகாட்டுதல்களில் ஒன்றிலிருந்து பெறப்பட்டது[No. 13-1/90-FP(3)]*

பிரிவு 3(1)(m)

2005 டிசம்பர் 13 ஆம் தேதிக்கு முன்னர் புனர்வாழ்வு பெறுவதற்கான சட்டபூர்வமான உரிமையைப் பெறாமல், எந்தவொரு விவரிப்பின் வன நிலங்களிலிருந்தும் பழங்குடியினர் அல்லது பிற பாரம்பரிய வனம்சார்ந்து வாழும் மக்கள் சட்டவிரோதமாக வெளியேற்றப்பட்ட அல்லது இடம்பெயர்ந்த சந்தர்ப்பங்களில் மாற்று நிலம் உட்பட முன் இருந்த அதே இடத்தில் மறுவாழ்வுக்கான உரிமை.

- உரிமைகள் மற்றும் / அல்லது உரிமைகள் மற்றும் / அல்லது உரிமைகளைத் தீர்ப்பது இல்லாமல் வெளியேற்றப்பட்டால் அல்லது இடமாற்றம் செய்யப்பட்டால்;
- உரிமைகளை மறுசீரமைத்தல் அல்லது மீட்டமைத்தல்.

பிரிவு 4(8)

மாநில அபிவிருத்தி தலையீடுகளால் நில இழப்பீடு இல்லாமல் அவர்கள் வசிக்கும் இடத்திலிருந்தும் இடம்பெயர்ந்தனர் என்பதை நிறுவக்கூடிய குடியிருப்பாளர்கள், அந்த கையகப்படுத்தப்பட்ட ஐந்து ஆண்டுகளில் நிலம் கையகப்படுத்தப்பட்ட நோக்கத்திற்காக பயன்படுத்தப்படவில்லை என்றால், அவர்களுடைய உரிமை வன உரிமைச் சட்டம் அங்கீகரிக்கிறது.

பிரிவு 3(1)(j)

எந்தவொரு மாநில சட்டத்தின் கீழும் அங்கீகரிக்கப்பட்ட உரிமைகள் அல்லது எந்த தன்னாட்சி மாவட்ட கவுன்சிலின் சட்டங்களும் அல்லது தன்னாட்சி பிராந்திய கவுன்சிலின் கீழும் பழங்குடியினரின் உரிமைகளாக ஏற்றுக்கொள்ளப்பட்ட அல்லது சம்பந்தப்பட்ட பழங்குடியினரின் பாரம்பரிய அல்லது வழக்கமான சட்டம் உரிமைகளாக அங்கீகரிக்கிறது.

- "மாநில சட்டங்கள்": சில எடுத்துக்காட்டுகள்-
    - இமாச்சல பிரதேசத்தில் தனிப்பட்ட பயன்பாட்டிற்காக சிறு வன மகசூல் மற்றும் மரங்களை பயன்படுத்துவதற்கான

உரிமைகள், அவை மாநில சட்டங்களின் கீழ் அங்கீகரிக்கப்பட்டுள்ளன.

- ○ அந்தமான் மற்றும் நிக்கோபார் தீவுகளில் உள்ள பழங்குடியினர் மற்றும் பழங்குடி இருப்புக்கள் தொடர்பான சட்டங்கள் அந்தமான் மற்றும் நிக்கோபார் பழங்குடியினர் பழங்குடியினரின் பாதுகாப்பு ஒழுங்குமுறை சட்டம் 1956)
- ○ சந்தால் பர்கானாஸ் குத்தகை சட்டம் 1949 மற்றும் ஜார்க்கண்டின் சோட்டா நாக்பூர் குத்தகை சட்டம் 1908 - பழங்குடி வளங்கள் தொடர்பாக அரசின் பங்கு குறித்து சில கட்டுப்பாடுகளை வழங்குகிறது.

- "எந்த தன்னாட்சி மாவட்ட கவுன்சிலின் (ADC) அல்லது தன்னாட்சி பிராந்திய கவுன்சிலின் (ARC) சட்டங்கள்."
  - ○ அரசியலமைப்பின் 6-வது அட்டவணையின் கீழ், ADCக்கள் மற்றும் ARCக்கள் பல்வேறு விஷயங்களில் சட்டங்களை இயற்றுவதற்கான சட்டமன்றத் திறனைக் கொண்டுள்ளன, அவற்றில் காடுகள் ஒன்றாகும்; (அஸ்ஸாம், மேகாலயா, திரிபுரா மற்றும் மிசோரம் ஆகிய மாநிலங்களில் இருக்கின்ற 10 தன்னாட்சி மாவட்டங்களுடன் 6வது அட்டவணைப் பகுதிகள் உள்ளன.)
  - ○ மேற்கு வங்கத்தில் உள்ள கோரகா லேண்ட் தன்னாட்சி கவுன்சில் போன்ற சட்டங்களால் மாவட்ட கவுன்சில்கள் உருவாக்கப்பட்டுள்ளன.
  - ○ அசாம், மணிப்பூர் மற்றும் ஜம்மு காஷ்மீரில் மாநில சட்டங்களின் கீழ்,
- "எந்தவொரு பாரம்பரிய அல்லது வழக்கமான சட்டத்தின் கீழ் பழங்குடியினரின் உரிமைகளாக ஏற்றுக்கொள்ளப்பட்டது"- இதில் அடங்கும்.
  - ○ வடகிழக்கில் பல மாநிலங்களில் காடுகளின் சமூக உரிமை குறித்த பாரம்பரிய மற்றும் வழக்கமான சட்டங்கள்;

- *திரிபுராவின் சில பகுதிகளில் இடமாற்றம் (அல்லது ஜூம்) சாகுபடியைப் பயிற்சி செய்வதற்கான பழங்குடி சமூகங்களின் பாரம்பரிய வழக்கமான உரிமை;*
- *ஒடிசாவின் நியாம்கிரி மலைகளில் உள்ள டோங்காரியா கோந்த் மற்றும் குட்டியா கோந்த் போன்ற மத, கலாச்சார மற்றும் ஆன்மீக உரிமைகளின் ஒரு பகுதியாக சில வனப்பகுதிகளை அணுகுவதற்கான உரிமை.*

பிரிவு 3(1)(l)

வனம்சார்ந்து வாழும் பழங்குடியினர் அல்லது வனம்சார்ந்து வாழும் மக்கள் வழக்கமாக அனுபவிக்கும் வேறு எந்த பாரம்பரிய உரிமையும், அவை (அ) முதல் (கே) உட்பிரிவுகளில் குறிப்பிடப்படவில்லை. ஆனால், வேட்டையாடுவதற்கான பாரம்பரிய உரிமையைத் தவிர்த்து அல்லது எந்தவொரு காட்டு விலங்கு இனங்களின் உடலின் ஒரு பகுதியையும் பிரித்தெடுப்பது அல்லது சிக்க வைப்பது தவிர்த்து;

- *பாரம்பரிய மற்றும் வழக்கமான உரிமைகள் FRA இல் பட்டியலிடப்படவில்லை. ஆனால் அவை கிராமசபை அங்கீகாரம் இருந்தால் போதும்.*

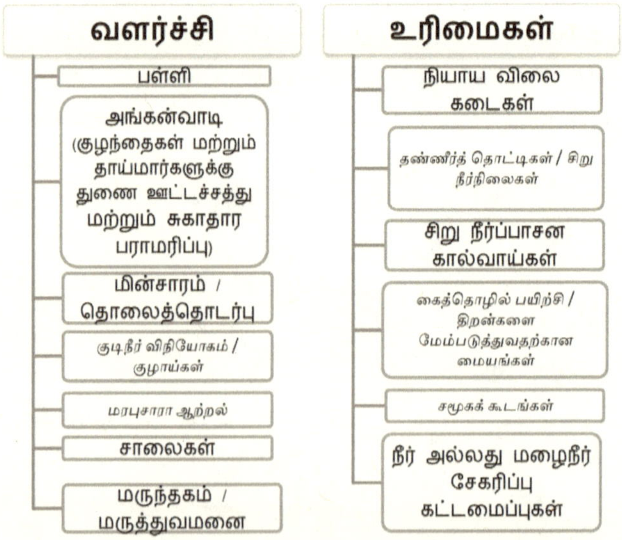

பாதிக்கப்படாத பகுதிகள்

FRA-WLPA திருத்தம் 2006 சட்டம்

மாநில அரசு

- மீளமுடியாத சேதம் மற்றும் இனங்கள் அவற்றின் வாழ்விடங்களுக்கு அச்சுறுத்தலாக இருந்தால் (இது அப்படியானால் STகள் மற்றும் OTFD களின் ஒப்புதலைப் பெறவும்)
- சகவாழ்வுக்கான வாய்ப்பு இல்லை என்று முடிவு செய்தால் (ST மற்றும் OTFD களின் ஒப்புதல் மற்றும் சுற்றுச்சூழல் மற்றும் சமூக விஞ்ஞானியுடன் கலந்தாலோசிக்கவும்)
- பின்னர் மாநிலம் அல்லது மத்திய அரசாங்கங்களால் வனமற்ற நோக்கங்களுக்காக திருப்பப்படக்கூடாது

கிராம சபா

- தனி மனிதர்களுக்கும் சமூகத்தினருக்குமான வாழ்வாதாரம் - இடப்பெயர்வின்போது நிதி உதவிக்கான ஒப்புதல் (முழு விவரங்களும் பெற்ற பிறகு) - பாதிக்கப்பட்டவர்களின் ஒப்புதலோடு
- நிவாரணப்பணிகள்/ நிதி ஒதுக்கீடு முழுவதும் வந்த பிறகே இடப்பெயர்வு

வனவிலங்கு பாதுகாப்பு சட்டம் 1972, 2006 இல் திருத்தப்பட்டது

- புலிகள் காப்பகம் அறிவிப்பில் முக்கியமான புலி வாழ்விடம் (சி.டி.எச்) மற்றும் இடைப்பட்ட பகுதி இருக்க வேண்டும்.
- CTH இல், அறிவிக்கும்பொழுது
    - ST கள் மற்றும் OTFD களின் உரிமைகளை உறுதி செய்யவேண்டும். [பிரிவு 38 V (4)]
    - உரிமைகள் பாதிக்கப்படவில்லை என்பதை உறுதிப்படுத்தவேண்டும் [பிரிவு 38 V (4)(i)]

  - *நிபுணர் குழுவுடன் கலந்தாலோசித்து விஞ்ஞான மற்றும் புறநிலை அளவுகோல்களின் அடிப்படையில் இது தீர்மானிக்கப்படுவதை உறுதிசெய்யவேண்டும் [பிரிவு 38V(4)(i)]*

- *இடைப்பட்ட பகுதியில், அறிவிக்கும்பொழுது -*
  - *வனவிலங்குகளுக்கும் மனித நடவடிக்கைகளுக்கும் இடையில் சகவாழ்வை ஊக்குவித்தல் [பிரிவு 38 V (4) (ii)]*
  - *உள்ளூர் மக்களின் வாழ்வாதாரம், வளர்ச்சி, சமூக மற்றும் கலாச்சார உரிமைகளை அங்கீகரித்தல்[பிரிவு 38 V (4) (ii)]*
  - *சம்பந்தப்பட்ட கிராம சபையின் ஒப்புதலுடன், சுற்றுச்சூழல் மற்றும் சமூக விஞ்ஞானியுடன் கலந்தாலோசித்தபின் தீர்மானிக்கப்படுவதை உறுதிசெய்யவேண்டும். [பிரிவு 38V(4)(ii)]*
  - *இடையக பகுதியின் வரம்புகள் மற்றும் இயல்புநிலையாக CTH பகுதி என்பதை உறுதிப்படுத்தவும் (புலிகள் காப்பகங்களின் இடையக பகுதியின் வரம்புகளை நிர்ணயிப்பது என்பது CTH பகுதியை தீர்மானிப்பதைக் குறிக்கிறது.)*

- *புலிகள் காப்பகங்களில் உள்ள அனைத்து இடமாற்றங்களும்:*
  - *தன்னார்வமாக இருக்கவேண்டும்[பிரிவு 38 V(5)]*
  - *பரஸ்பரம் ஒப்புக்கொள்ளப்பட்ட விதிமுறைகள் மற்றும் நிபந்தனைகளின் அடிப்படையில் [பிரிவு 8 V(5)]*
  - *எஸ்.டி மற்றும் வனம்சார்ந்து வாழும் மக்களின் உரிமைகளை மோசமாக பாதிக்கக்கூடாது[பிரிவு 38 V(5)]*

- எஸ்.டி மற்றும் ஓ.டி.எஃப்.டி களின் உரிமைகளை அங்கீகரித்தல் மற்றும் தீர்மானித்தல் செயல்முறை முடிந்தபின் இருக்கவேண்டும்[பிரிவு 38 V(5) (i)]
- எஸ்.டி மற்றும் ஓ.டி.எஃப்.டி களின் நிலம் அல்லது வன உரிமைகளை கையகப்படுத்திய பின் இருக்கவேண்டும்[பிரிவு 38 V(5) (i)]
- ST கள் மற்றும் OTFD களின் இருப்பு மற்றும் செயல்பாடுகள் மீளமுடியாத சேதத்தை ஏற்படுத்துகின்றன என்றும் மற்றும் புலிகள் காப்பகங்களை அச்சுறுத்துகின்றன என்று ஒப்புதல் பெறவேண்டும். [பிரிவு 38 V(5) (ii)]
- ST மற்றும் OTFD களின் இருப்பு மற்றும் செயல்பாடுகள் மீளமுடியாத சேதத்தை ஏற்படுத்துகின்றன என்றும் மற்றும் புலிகள் காப்பகங்களை அச்சுறுத்துகின்றன என்பதை சரிபார்க்க இப்பகுதியை நன்கு அறிந்த ஒரு சுற்றுச்சூழல் மற்றும் சமூக விஞ்ஞானியுடன் கலந்தாலோசிக்கவேண்டும். [பிரிவு 38 V(5) (ii)]
- சம்பந்தப்பட்ட ஏஜென்சிகள் ST மற்றும் OTFD களின் ஒப்புதலுடன், ST மற்றும் OTFD மக்கள் புலிகளுடன் நியாயமான முறையில் இணைந்திருக்க முடியாது என்று ஒப்புதல் கிடைத்தபின் முடிவுசெய்யவும். [பிரிவு 38 V(5) (iii)]
- மீள்குடியேற்ற தொகுப்பு பாதிக்கப்பட்ட நபர்களுக்கும் சமூகங்களுக்கும் வாழ்வாதாரத்தை வழங்குகிறது என்பதை உறுதிப்படுத்தவும் [பிரிவு 38 V(5) (iv)]. FRA இன் 4 (2) (d) உடன் படிக்கவும், இது 'பாதுகாப்பான வாழ்வாதாரம்.'
- மீள்குடியேற்ற திட்டத்திற்கு கிராமசபை மற்றும் பாதிக்கப்பட்டவர்களின் தகவலறிந்த ஒப்புதலை உறுதிசெய்யவும். [பிரிவு 38 V(5)(v)]

- ○ மீள்குடியேற்ற இடத்தில் வசதிகள் மற்றும் நில ஒதுக்கீடு வழங்கப்படுவதை உறுதிசெய்யவும். குறிப்பு : WLPA மற்றும் FRA இரண்டும் வாழ்வாதாரம், வசதிகள் மற்றும் நில ஒதுக்கீட்டை வழங்குகின்றன, பண இழப்பீடு அல்ல. இது வன உரிமைகளைப் பெறுவதற்கான இழப்பீட்டுக் கூடுதலாக உள்ள தொகையாகும்.

- 50 புலிகள் காப்பகம் வனவிலங்கு பாதுகாப்பு சட்டம் 1972 இன் 2006 திருத்தத்தின் பிரிவு 38 வி இன் கீழ் அறிவிக்கப்பட்டது
- 71,027.10 ஹெக்டேர் பரப்பளவை உள்ளடக்கியது
    - ○ கோர் அல்லது சி.டி.எச் : 40,340.12 ஹெக்டேர்
    - ○ இடையகப் பகுதி : 30,686.98 ஹெக்டேர்
    - ○ அறிவிப்புகள் WLPA மற்றும் FRA இரண்டின் கீழ் விதிகளை பூர்த்தி செய்யாது
    - ○ இடமாற்றங்களும் கூட: சரிஸ்கா, ரணதம்போர், சிம்லிபால், தடோபா, அச்சனக்மர் மற்றும் நாகர்ஹோல் புலி காப்பகம்– சட்டங்களை மீறுவதாகும்
    - ○ 12 ஜூலை 2019 வரை, 215 கிராமங்களில் உள்ள 18,493 குடும்பங்கள் 50 புலிகள் காப்பகத்தில் உள்ள 57,386 குடும்பங்களில் 'தானாக முன்வந்து' இடம்பெயர்ந்தன - சட்டப்பூர்வமாக ஏற்றுக்கொள்ள முடியாத புலிகள் திட்டத்தின் கீழ் உள்ள ஒரு குடும்பத்திற்கு ரூ.10 லட்சம் என்பதை மறுத்து எதிர்ப்புத் தெரிவித்தபோதும் வெளியேற்றினர். (8.4.2021இல் 15 லட்சமாக உயர்த்தப்பட்டுள்ளது.)

... ஏற்கெனவே 101 தேசியப் பூங்காக்கள் 4,056,403 ஹெக்டேர் பரப்பளவில் புலிகள் காப்பகங்களுடன் இணைக்கப்பட்டு உள்ளன.

நிறுவன வழிமுறை

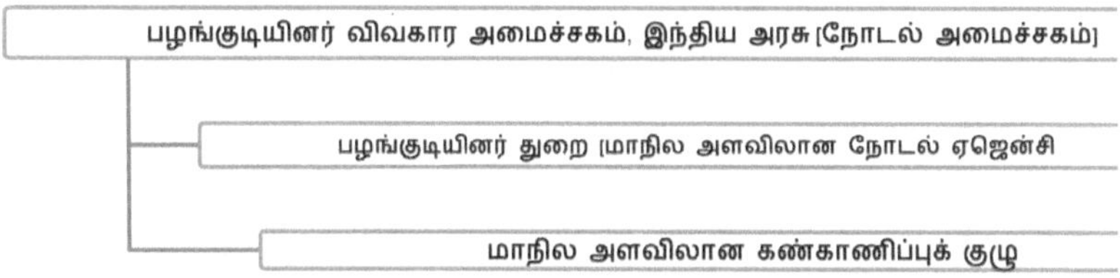

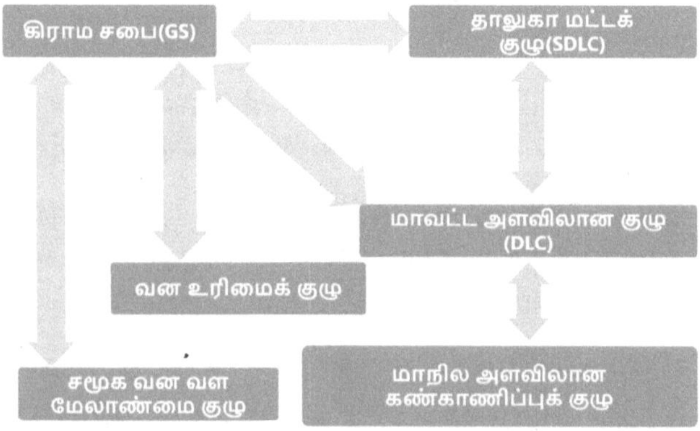

கிராம சபை (GS)

- *கிராம சபை என்றால் ஒரு கிராமத்தில் வசிப்பவர்களின் கூட்டம் [பிரிவு 2(g), விதி 2A]*
- *கிராமம் [பிரிவு2(p)i, ii, iii or iv]*
    - *குக்கிராமங்கள், குக்கிராமங்களின் கூட்டமைப்பு, வசிப்பிடங்கள், குறைந்த மக்கட்தொகை இருக்கும்பட்சத்தில் வசிப்பிடங்களின் கூட்டமைப்பு.*
    - *மாநில பஞ்சாயத்து ராஜ் சட்டத்தில் உள்ள கிராமம்.*
    - *வன கிராமம், பழைய வசிப்பிடம் அல்லது குடியேற்றம் மற்றும் கண்காணிக்கப்படாத கிராமம்.*

- கிராமத்தில் பஞ்சாயத்து இல்லாத பட்சத்தில் பாரம்பரிய கிராமம்.

அட்டவணைப் படுத்தப்பட்ட பகுதி மற்றும் அதற்கு வெளியிலும் இது பொருந்தும்.

கிராம பஞ்சாயத்து மட்டத்தில் உள்ள கிராம சபை அல்ல

- கிராமங்களை அடையாளம் காணுதல்
    - குக்கிராமங்கள் / வாழ்விடங்கள், பதிவு செய்யப்படாத அல்லது ஆய்வு செய்யப்படாத குடியேற்றங்கள் அல்லது வன கிராமங்களின் பட்டியலை பஞ்சாயத்து தயாரிக்கிறது [விதி 2A(a)]
    - இந்த ஒவ்வொரு வாழ்விடத்திலும் பஞ்சாயத்து பட்டியலை நிறைவேற்றவேண்டும் [விதி 2A(a)]
    - இவை FRA நோக்கத்திற்காக கிராமங்கள் என்று ஒரு தீர்மானத்தை நிறைவேற்றி SDLC-க்கு சமர்ப்பிக்க வேண்டும்[விதி 2A(a)]
    - SDO / RDO பட்டியலை ஒருங்கிணைக்கிறது; எந்தவொரு கிராமத்தின் பகுதியிலும் இல்லாதவை தற்போதுள்ள கிராமத்தில் மாநில சட்டங்கள் மூலம் சேர்க்கப்பட வேண்டும்[விதி 2A(b)]
    - பொதுக் கருத்துகளைக் கருத்தில் கொண்டு DLC பட்டியலை இறுதி செய்கிறது[விதி 2A(b)]
- கிராமங்களை அடையாளம் காணுதல்
    - ஏற்கெனவே அங்கீகரிக்கப்பட்ட எந்தவொரு உரிமைகளுக்கும் இடையூறு விளைவிக்காமல் FRA செயல்படுத்தலைத் தொடரவும்[விதி 2A(c)]

அமைப்பு

கிராம சபை

- பெண்களின் முழு மற்றும் கட்டுப்பாடற்ற பங்கேற்புடன் 'அனைத்து வயதுவந்த உறுப்பினர்களையும்' உள்ளடக்கிய 'கிராம சபை'. [பிரிவு2(g)]
- நகராட்சி பகுதிகளில், கிராம சபைக்கு சமமானதாக 'மொஹல்லா சபா' (வார்டு அளவில்)அமைக்கப்படலாம் [MoTA F.No.19020/02/2012-FRA dtd 29 ஏப்ரல் 2013]
- வார்டு கமிட்டி / மொஹல்லா சபா / பாடா / டோலா அல்லது அதற்கு சமமான அல்லது கிராம சபைக்கு சமமானதாக அமைக்கப்பட்ட குடியேற்றங்கள்.

வன உரிமைக் குழு

- விதி 3 கீழ் கிராமசபையால் அமைக்கப்பட்டது[விதி 2(1)(e)]
- பத்துக்கும் குறையாது, ஆனால் பதினைந்து பேருக்கு மிகாமல் இருக்க வேண்டும்; இதில் 2/3 STக்கள், 1/3 பெண்கள், STக்கள் இல்லாத பட்சத்தில் 1/3 பெண்கள் [விதி 3(1)]
- ஒரு தலைவர் மற்றும் ஒரு செயலாளரை முடிவு செய்து அதை SDLC க்கு தெரிவிக்கவும் [விதி 3(2)]

தாலுகா மட்டத்திலான குழு (SDLC)

- வருவாய் அதிகாரிகள் (SDO/RDO), வன மற்றும் பழங்குடியினர் நலத்துறை அதிகாரிகள், தாலுகா அளவிலான பஞ்சாயத்தைச் சேர்ந்த மூவரை மாவட்ட பஞ்சாயத்து பரிந்துரைக்கவேண்டும்.
- இவர்களில் குறைந்தது இரண்டு பட்டியலினப் பழங்குடியினர், அவர்கள் வனம்சார்ந்த மக்களாக இருப்பது நலம்; பட்டியலினப் பழங்குடியினர் இல்லாதபட்சத்தில் PVTG, பிற வனம்சார்ந்த பழங்குடியினர் இருவர், ஒருவர் பெண்ணாக

இருப்பது கட்டாயம். 6 வது பட்டியல் வட்டாரங்களிலிருந்து வட்டாரக்குழுவோ மாவட்டக் குழுவோ பரிந்துரைத்த மூவர் (இதில் ஒருவர் பெண்ணாக இருக்கவேண்டும்).

மாவட்ட அளவிலான குழு(DLC)

- *மாவட்ட மட்டத்தில் வருவாய் (கலெக்டர், தலைவர) மற்றும் வனம் (DFO) மற்றும் பழங்குடியினர் நலத் துறைகளில் பொறுப்பில்; மற்றும் மாவட்ட பஞ்சாயத்தின் 3 உறுப்பினர்கள் மாவட்ட பஞ்சாயத்தினால் பரிந்துரைக்கப்படுவார்கள் (குறைந்தது இரண்டு வனம்சார்ந்து வாழும் ST க்கள் முன்னுரிமை, அல்லது PVTG யைச் சேர்ந்தவர்கள், மற்றும் ST க்கள் இல்லாத இடங்களில், இரண்டு உறுப்பினர்கள் முன்னுரிமை OTFD கள், மற்றும் ஒருவர் ஒரு பெண்ணாக இருக்க வேண்டும்; அல்லது VI அட்டவணைப் பகுதிகளில் ADC கள் அல்லது பிராந்திய கவுன்சிலால் பரிந்துரைக்கப்பட்ட மூன்று உறுப்பினர்கள், அவர்களில் ஒருவர் பெண்)*

மாநில அளவிலான கண்காணிப்புக் குழு(SLMC)

- *தலைமைச் செயலாளர் (தலைவர்); செயலாளர், வருவாய் துறை; செயலாளர், பழங்குடி அல்லது சமூக நலத்துறை; செயலாளர், வனத்துறை; செயலாளர், பஞ்சாயத்து ராஜ்; வனங்களின் முதன்மை தலைமை பாதுகாவலர்; பழங்குடியினர் ஆலோசனைக் குழுவின் 3 ST உறுப்பினர்கள் (தலைவரால் பரிந்துரைக்கப்பட வேண்டும்), பழங்குடியினர் ஆலோசனைக் குழு இல்லாவிட்டால் 3 STக்கள் (மாநில அரசால் பரிந்துரைக்கப்பட வேண்டும்) மற்றும் ஆணையர், பழங்குடி நலத்துறை அல்லது அதற்கு சமமான (உறுப்பினர்-செயலாளர்).*

கிராம சபை (GS)

- *தனிப்பட்ட அல்லது சமூக வனச்சட்டங்களின் இயல்பையும் பரப்பையும் கண்டறிவதற்கான வேலையைத் தொடங்குவதற்கான அதிகாரம் பெற்ற அமைப்பு.*
- *அதன் உறுப்பினர்களிடமிருந்து மட்டுமே வனச்சட்டத்துக்கான*

குழு அமைக்கப்படவேண்டும் (விதி 3)

- தகவல்/ஆவணம் ஆகியவற்றை அதிகாரிகளிடமிருந்து பெறுவதற்கான எழுத்துரீதியான கோரிக்கையைக் கிராமசபையே உருவாக்கவேண்டும். அதிகாரிகள் அந்த ஆவணங்களின் நகலை வழங்குவார்கள். தேவைப்பட்டால் அங்கீகரிக்கப்பட்ட அதிகாரியிடமிருந்து தெளிவையும் கேட்டுப்பெறவேண்டும் (விதி 12(4))
- SDLC கிராம சபைக்கு [6 (b)] தொடர்புடைய அனைத்து தகவல்களையும் பதிவுகளையும் வழங்குவதோடு [விதி 6 (b)], இதை உறுதி செய்வதே DLC (விதி 8 (a)]
- கோரிக்கை வைத்து மூன்று மாதங்களுக்குள் அது நிறைவேற்றப்படும். தேவைப்பட்டால் போதுமான காரணங்களோடு கிராம சபை காலக்கெடுவை நீட்டிக்கலாம்.
- கோரிக்கைகள் மீதான விசாரணையை வனச்சட்டக் குழு சரிபார்க்கவேண்டும். தனிமனித மற்றும் சமூக உரிமைகள், உரிமைகளின் அளவை அவர்கள் நிர்ணயிக்கவேண்டும் (பகுதி 3(1), பகுதி 6(1), விதி 12)
- உரிமைக்கோரல்களை செயலாக்கவும்[விதி 11(1)(a)]
- கிராம சபை கோரம் 50% ஆக இருக்க வேண்டும்; 1/3 பெண்கள்; வன உரிமைகள் நிறைவேற்றப்படும்போது 50% உரிமைகோருபவர்கள் அல்லது அவர்களின் பிரதிநிதிகள் ஆஜராக வேண்டும்; இதில் பெரும்பான்மை நிரூபிக்க வேண்டும் [விதி 4(2)]
- அதன் புவியியல் அதிகார வரம்பைக் குறிக்கவும்– சமூக வன வள (CFR) [பிரிவு 2(a); பிரிவு 3(1)(i), விதி 12B(3) & 4]
- கிராமசபையில் இருப்பவர்கள் எல்லாரும் பெரும்பான்மையுடன் ஒரு தீர்மானத்தை நிறைவேற்றியபின்பு சமூகக் காட்டு வளங்கள் பற்றிய கோரிக்கை நிறைவேற்றப்படவேண்டும் (விதி 12(1)(g))
- FRC இன் சரிபார்ப்புகளின் போது அவர்களின் பிரதிநிதிகள்

இல்லை என்ற காரணத்திற்காக வன அல்லது வருவாய் துறை ஆட்சேபனைகள் காரணமாக மறு விசாரணைக்கு ஒப்படைப்பது உரிமைகோரல்களைப் பெறுவது; அதிகாரிகள் மீண்டும் கலந்து கொள்ளத் தவறினால், கிராமசபா முடிவு இறுதியானது [விதி 12 A(2)]

- அதன் புவியியல் அதிகார எல்லைக்குள் வரும் வளங்களை (வனவிலங்கு, காடு மற்றும் பல்லுயிர்) பாதுகாத்தல், பராமரித்தல், கட்டுப்படுத்துதல் மற்றும் நிர்வகித்தல் [பிரிவு 5]

- சி.எஃப்.ஆரை நிர்வகிக்க ஒரு குழுவை அமைக்கவும்[விதி 4(e)]

- முக்கியமான வனவிலங்கு வாழ்விடத்தை உருவாக்குவதற்கு 'பாதுகாப்பான வாழ்வாதாரத்தை' மீள்குடியேற்றத்திற்கு ஒப்புதல் கொடுப்பது [பிரிவு 2(b)] வனவிலங்குகளுடன் இணைந்து வாழ்வது சாத்தியமில்லாத பட்சத்தில் [பிரிவு 4(2)(b)]; வன அல்லாத நோக்கங்களுக்காக திருப்பிவிட முடியாது[பிரிவு 4(2)-க்கு நிபந்தனை]

- கிராம வசதிகளுக்காக வனவியல் அல்லாத நடவடிக்கைகளுக்காக காடுகளை நிலம் திருப்ப ஒப்புதல் [பிரிவு 3(2)]

- வேறு சில திட்டங்களுக்காகப் பிற செயல்பாடுகளையும் காட்டுக்குள் அனுமதியோடு அங்கீகரிக்கலாம் (F.No.11-9/1998-FC(pt), MoEF dtd 30.7.2009)

- எந்தவொரு அதிகாரியும் [பிரிவு 7] எந்த FRA விதிமுறைகளையும் மீறியதற்காக (ரூ .1000 வரை அபராதம் விதித்த குற்றங்கள்) மீறியதற்காக [பிரிவு 8] 60 நாட்களுக்குள் எடுக்கப்பட வேண்டிய நடவடிக்கைகளுக்காக SLMC-க்கு குற்றத்திற்கான அறிவிப்பை கிராம சபை வெளியிடுவது.

- FRA ஐ செயல்படுத்த காலக்கெடு இல்லை.

- ஒரு கட்-ஆஃப் தேதியை விதிப்பது, அரசு இயந்திரங்கள் தங்கள் உரிமைகளை அவர்களுக்கு தெரிவிக்கத் தவறியதற்காக

அவர்களுக்கு அபராதம் விதிக்கும்.

- புதிய ஆக்கிரமிப்புகளை முறைப்படுத்த கட்-ஆஃப் தேதி பொருத்தமானது; இது FRA ல் இல்லை.
- ஆனால் FRA என்பது 13 டிசம்பர் 2005 இல் இருக்கும் உண்மையான உரிமைகோருபவர்களில் வன உரிமைகளை அங்கீகரிப்பதற்கும் வழங்குவதற்கு உள்ள சட்டமாகும்.
- புதிய ஆக்கிரமிப்பு இந்திய வனச் சட்டம் 1927 மற்றும் தொடர்புடைய மாநில சட்டங்களின் கீழ் தீர்க்கப்பட வேண்டும்.

வன உரிமைகள் குழு (FRC)

- வன உரிமைகள் அங்கீகரிக்கப்பட்ட அல்லது சரிபார்க்கப்பட்ட 6 செப்டம்பர் 2012 க்கு முன்னர் வழக்குகளை மீண்டும் கொண்டுவரக்கூடாது [விதி 3(4)]
- தகவல்/ஆவணம் ஆகியவற்றை அதிகாரிகளிடமிருந்து பெறுவதற்கான எழுத்துரீதியான கோரிக்கையை கிராமசபையே உருவாக்கவேண்டும். அதிகாரிகள் அந்த ஆவணங்களின் நகலை வழங்குவார்கள். தேவைப்பட்டால் அங்கீகரிக்கப்பட்ட அதிகாரியிடமிருந்து தெளிவையும் கேட்டுப்பெறவேண்டும் (விதி 12(4))
- உரிமைகோரல்களுக்கு கிராம சபை அழைப்பு விடுத்த 3 மாதங்களுக்குள் குறைந்தது 2 ஆதாரங்களுடன் உரிமைகோரல்களை ஏற்றுக் கொள்ளவும் [விதி 11(1)(a)]
- கிராமசபையின் சார்பில் கோரிக்கைகளைத் தயாரிப்பது - சமூக உரிமைகளுக்காக படிவம் B, சமூக வன உரிமைகளுக்காகப் படிவம் C (விதி 11(4))
- குறிப்பிட்ட வடிவத்திலும் ஆதாரங்களுடனும் கோரிக்கைகளை வாங்குவது, அங்கீகரிப்பது, சேமித்துவைப்பது (விதி 11(2)(i))
- பெறப்பட்ட எல்லாக் கோரிக்கைகளையும் எழுத்துபூர்வமாக அங்கீகரிப்பது (விதி 11(3))

- வரைபடங்கள் உள்ளிட்ட உரிமைகோரல்கள் மற்றும் ஆதாரங்களின் பதிவைத் தயாரிக்கவும்[விதி 11(2) (ii)]
- வன உரிமை கோருபவர்களின் பட்டியலைத் தயாரிப்பது (விதி 11(2)(iii))
- கோரிக்கைகளைச் சரிபார்ப்பது (விதி 11(2)(iv)), தனிப்பட்ட வன உரிமைகளைக் கோருபவர் வன உரிமைக்குழுவின் உறுப்பினராக இருக்கும்பட்சத்தில், அவர் குழுவிடம் அதைத் தெரிவிக்க வேண்டும். அவரது கோரிக்கைகளைச் சரிபார்க்கும்போது குழுவில் அவர் தற்காலிகமாக இடம்பெறமாட்டார் (விதி 3(3))
- கோரிக்கை அனுப்பியவருக்கும் வனத்துறைக்கும் தெரிவிப்பது (விதி 12(1))
- அந்த இடத்தை நேரில் சென்று பார்வையிடுவது, கோரிக்கை, ஆதாரங்களைச் சரிபார்ப்பது (விதி 12(1)(a))
- மேய்ச்சல் இனக்குழுக்களும் நாடோடிப் பழங்குடியினரும் தனிநபர்களாகவோ இனக்குழுவிலிருந்து மொத்தமாகவோ மரபுசார் இனக்குழு அமைப்பின் மூலமாகவோ அனுப்பிய கோரிக்கைகளைச் சரிபார்க்கும்போது, அவர்களும் அந்த இடத்தில் கூடவே இருப்பதை உறுதிசெய்யவேண்டும் (விதி 12(1)(c))
- பழங்குடியினர், விவசாயத்துக்கு முந்தைய சமூகத்தினர் ஆகியோர் தனிநபர்களாகவோ இனக்குழுவிலிருந்து மொத்தமாகவோ மரபுசார் இனக்குழு அமைப்பின்மூலமாகவோ அனுப்பிய கோரிக்கைகளைச் சரிபார்க்கும்போது, அவர்களும் கூடவே இருக்கவேண்டும். அதை உறுதிசெய்ய வேண்டும் (விதி 12(1)(d))
- கோரிக்கை வைத்தவர்கள், சாட்சிகளிடமிருந்து வேறு ஆதாரங்களையும் ஆவணங்களையும் பெறுதல் (விதி 12(1)(b))
- பெரியவர்கள் உள்ளிட்ட பிற கிராமசபை உறுப்பினர்களோடு இணைந்து வன உரிமைகளுக்கான சரகத்தின் எல்லைகளை

நிர்ணயித்தல் (விதி 12(1)(f))

- ஒவ்வொரு கோரிக்கையை முன்வைத்தும் வரைபடத்தை உருவாக்குதல், அதில் அடையாள நிலப்பரப்புகளையும் குறிப்பிடுதல் (விதி 12(1)(e))
- ஆதாரங்களை அடிப்படையாகக் கொண்டு, அடையாள நிலப்பரப்புகளைக் குறிப்பிட்டு உரிமைக்கான வரைபடம் தயாரித்தல் (விதி 12(1)(g))
- தாங்கள் கண்டுபிடித்துச் சேகரித்த தகவல்களைக் கோரிக்கையில் சேர்ப்பது, அதைக் கிராமசபையின் பார்வைக்குச் சமர்ப்பிப்பது (விதி 12(2))
- CFR உரிமைகோரல் அல்லது எல்லை மற்றொரு கிராமத்தின் உரிமைகோரலுடன் முரண்பட்டால் அல்லது ஒன்றுக்கு மேற்பட்ட கிராமசபைகளால் வனப்பகுதி பயன்படுத்தப்பட்டால், அந்தந்த கிராமசபைகளின் FRCக்கள் கூட்டாக சந்திக்க, அத்தகைய உரிமைகோரல்களைக் கருத்தில் கொண்டு கண்டுபிடிப்புகளை அந்தந்த கிராமசபைகளுக்கு எழுத்துப்பூர்வமாக சமர்ப்பிக்கவும். தீர்க்க முடியாவிட்டால், இந்த விஷயத்தை SDLCக்கு அனுப்பவும். [விதி 12(3)]
- உரிமைகோரலின் தன்மை மற்றும் அளவு குறித்த அவர்களின் கண்டுபிடிப்புகளை கிராம சபைக்கு முன் முன்வைக்கவும்[விதி 11(2) (v)]
- வனத்துறை அல்லது வருவாய்த்துறையினர், சரிபார்ப்பின்போது தங்களது பிரதிநிதிகள் இல்லை என்பதால் ஆட்சேபிக்கலாம். இதனால் கிராமசபை கோரிக்கைகளைத் திருப்பி அனுப்பிவிடலாம். இந்த ஆட்சேபங்களைக் கவனத்தில்கொண்டு, மீண்டும் கோரிக்கைகளைச் சரிபார்க்கவேண்டும். இரண்டாவது முறையும் அதிகாரிகள் வரவில்லை என்றாலும் சரிபார்க்கவேண்டும், இறுதி முடிவுக்காகக் கிராம சபைக்கு மீண்டும் ஆவணங்களைச் சமர்ப்பிக்கவேண்டும் (விதி 12 A (2))

தாலுகா அளவிலான குழு(SDLC)

- ஒவ்வொரு கிராம சபா / FRCக்கும் உரிமைதாரர்களின் கடமைகளும், வன வளங்கள், வன மற்றும் வருவாய் வரைபடங்கள், தேர்தல் பட்டியல்கள் மற்றும் FRA பற்றிய தகவல் / விழிப்புணர்வை வழங்குதல் [விதி 6(a), (b) மற்றும் (k)]
- உரிமைகளை வைத்திருப்பவர்களின் பொதுக்கடமைகள் பற்றிய விழிப்புணர்வையும் தகவல்களையும் தருவது, வன வளங்கள், வனம்சார் வரைபடங்கள், வருவாய் வரைபடங்கள், வாக்காளர் பட்டியல், வன உரிமைகள் பற்றிய தகவல்களை ஒவ்வொரு கிராம சபைக்கும் வன உரிமைக் குழுவுக்கும் தருவது (விதி 6(a), (b) and (k))
- கோரிக்கைப் படிவம் எளிமையாகவும் இலவசமாகவும் எல்லா இடங்களிலும் கிடைப்பதை உறுதிசெய்தல் (விதி 6(1))
- எல்லா கிராம சபைத் தீர்மானங்களையும் நிறைவேற்றுதல் (விதி 6(1))
- கோரிக்கைகள், ஆதாரங்களைச் சரிபார்ப்பதற்காக வன உரிமைக்குழு அழைக்கும்போது, வன மற்றும் வருவாய்த்துறையைச் சேர்ந்த அதிகாரிகள், களத்தில் சரிபார்க்கும்போது கூடவே இருக்கவேண்டும். தங்களது பதவி, தகுந்த தேதி, குறிப்புகளோடு ஆவணங்களில் கையெழுத்திடவேண்டும் (விதி 12 (A)(1))
- FRC இன் சரிபார்ப்புகளின் போது அவர்களின் பிரதிநிதிகள் இல்லை என்ற காரணத்திற்காக கிராம சபையால் அங்கீகரிக்கப்பட்ட உரிமைகோரல்களை வன அல்லது வருவாய் துறை எதிர்த்தால், FRCயால் மீண்டும் சரிபார்க்க கிராமசபைக்கு கோரிக்கையை மறு விசாரணை செய்யவும்; அதிகாரிகள் மீண்டும் கலந்துகொள்ளத் தவறினால், கிராமசபா

முடிவு இறுதியானது[விதி 12 A(2)]

- கிராம சபை தந்த தகவல்கள், தீர்மானங்கள், வரைபடங்களை ஒன்றாகத் திரட்டுவது (விதி 6(c),(d),(e)).
- எந்தவொரு வன உரிமைகளின் தன்மை மற்றும் அளவு குறித்து கிராமசபைகளுக்கு இடையிலான மோதல்களைக் கேட்டு தீர்ப்பளிக்கவும்[விதி 6(f)]
- கிராம சபையின் தீர்மானங்களால் வேதனைக்குள்ளான நபர்கள் மற்றும் அரசு நிறுவனங்கள் உள்ளிட்ட நபர்களிடமிருந்து புகார்களைக் கேட்கவும்[விதி 6 (g)]
- தாலுகாவிற்கு இடையிலான உரிமைகோரல்களுக்கு பிற SDLC உடன் ஒருங்கிணைக்கவும் [விதி 6 (h)]
- அரசாங்க பதிவுகளின் நல்லிணக்கத்திற்குப் பிறகு முன்மொழியப்பட்ட வன உரிமைகளின் தொகுதி அல்லது தாலுகா வாரியான வரைவு பதிவைத் தயாரிக்கவும் [விதி 6 (i)]
- இறுதி முடிவுக்கு டி.எல்.சிக்கு உரிமைகோரல்களை அனுப்பவும் [விதி 6 (j)]
- கிராம சபைக் கூட்டங்கள் வெளிப்படையாகவும் நியாயமாகவும் நடப்பதை உறுதிசெய்தல் (விதி 6(m))

மாவட்ட அளவிலான குழு(DLC)

- கிராமசபைக்கும் வன உரிமைக் குழுவுக்கும் தாலுகா குழுக்கள் தேவையான வாக்காளர் பட்டியலையும் வன/ வருவாய் வரைபடங்களையும் தருகின்றனவா என்பதை உறுதிசெய்தல் (விதி 8 (a))
- SDLC தயாரித்த வன உரிமைகளின் உரிமைகோரல்களையும் பதிவுகளையும் ஆராய்ந்து, பரிசீலித்து இறுதியாக ஒப்புதல் அளிக்கவும்[விதி 8(b) மற்றும் (c)];
- SDLCயின் உத்தரவுகளால் பாதிக்கப்பட்ட நபர்களிடமிருந்து மனுக்களைக் கேளுங்கள் [விதி 8(d)];

- *மாவட்டங்களுக்கிடையிலான உரிமைகோரல்கள் தொடர்பாக பிற மாவட்டங்களுடன் ஒருங்கிணையவும் [விதி 8(e)];*
- *உரிமை ஆவணங்கள் உட்படப் பல அரசு ஆவணங்களில் வன உரிமைகளைச் சேர்ப்பது தொடர்பான உத்தரவுகளைப் பிறப்பித்தல் (விதி 8(f)).*
- *வன உரிமைகள் குறித்த பதிவை வெளியிடுவதை உறுதி செய்யுங்கள்[விதி 8(g)];*
- *வன உரிமைகளைப் பற்றிய சான்றளிக்கப்பட்ட ஆவணங்கள் கோரிக்கையாளரிடமும் கிராம சபையிடமும் சம்பந்தப்பட்ட சமூகத்தினரிடமும் தரப்பட்டிருப்பதை உறுதிசெய்தல் (விதி 8(h),(i))*

மாநில அளவிலான கண்காணிப்புக் குழு(SLMC)

- *கண்காணிப்பதற்கான அளவுகோல்கள் மற்றும் அளவுகோல் உருவாக்குதல் [விதி 10(a)];*
- *மாநிலத்தில் வன உரிமைகளை அங்கீகரித்தல், சரிபார்ப்பு மற்றும் ஒப்படைத்தல் ஆகியவற்றை கண்காணித்தல்[விதி 10(b)];*
- *குறைந்தது மூன்று மாதங்களுக்கொருமுறை சந்தித்தல், மத்திய அரசுக்கு அறிக்கை சமர்ப்பித்தல் (விதி 10 (c))*
- *கிராம சபையிலிருந்து பிரிவு 8 இன் கீழ் நோட்டீஸ் கிடைத்தவுடன் சம்பந்தப்பட்ட அதிகாரிகள் மீது தகுந்த நடவடிக்கை எடுக்கவும்[விதி 10(d)];*
- *பிரிவு 4 (2) இன் கீழ் மீள்குடியேற்றத்தை கண்காணித்தல் [விதி 10(e)];*
- *சட்டவிரோதமாக இடம் பெயர்க்கப்பட்டவர்கள், அப்புறப்படுத்தப்பட்டவர்களைப் பொறுத்தவரை, பகுதி 3(1)(m), பகுதி 4(8)ன் விதிகள் பின்பற்றப்பட்டனவா என்று கண்காணித்தல்.*

பழங்குடியினருக்கான அமைச்சகம்

- *சட்டத்தை அமல்படுத்துவதற்கான முக்கிய அமைப்பு (பகுதி 11)*
- *விதிகளை உருவாக்குவது[பிரிவு14]*
- *சட்டத்தின் கீழ் அதிகாரிகளுக்கு பொதுவான அல்லது சிறப்பு வழிமுறைகளை வழங்குதல்[பிரிவு12]*
- *முக்கிய வனவிலங்கு வாழிடத்தை இறுதிசெய்வதற்கான வல்லுநர் குழுவின் பிரதிநிதி (பகுதி 2 (b)).*
- *மாநில கண்காணிப்புக் குழுவிலிருந்து ஆறு மாதத்துக்கு ஒரு முறை அறிக்கை பெறுதல் (விதி 10 (c))*

உரிமைக்கோரல்களை யார் பெறலாம்?

- *வன உரிமைக்குழுவோ, கிராமசபையோ மட்டுமே கோரிக்கைகளைப் பெற முடியும்.*
- *அதிகாரபூர்வமான குழுக்கள், அதிகாரிகள் யாரும் கோரிக்கைகளைப் பெற முடியாது (விதி 12 (A)(10)).*

உரிமைக்கோரல்களை யார் நிராகரிக்கலாம் அல்லது மாற்றலாம்?

- *கிராம சபை (GS)*
- *தாலுகா அளவிலான குழு (SDLC)*
- *மாவட்ட அளவிலான குழு(DLC)*

எந்தக் கோரிக்கைகளை மாற்றவோ மறுக்கவோ முடியாது

- *இன்னும் விவரங்கள் தேவை என்பதாலோ முழுமையாக இல்லை என்பதாலோ (விதி 12 (A)(6))*
- *ரசீதுகள், ஆக்கிரமிப்பாளர்களின் பட்டியல், குற்ற அறிக்கை, வனத்துறை அறிக்கை போன்ற ஆவணங்கள்/ஆதாரங்கள் இல்லாததால்*
- *செயற்கைக்கோள் படங்கள் அல்லது பிற தொழில்நுட்பங்களின் அடிப்படையில்[விதி 12 A (11)(2)]*

- தொழில்நுட்ப அல்லது நடைமுறை காரணங்களுக்காக (விதி 12 (A)(10))
- கிராம சபையிடம் மீளாய்வு செய்வதற்காகத் திருப்பி அனுப்புதல் துணைக்குழுவோ மாவட்டக்குழுவோ கோரிக்கைகள் முழுமையாக இல்லை என்று உறுதிசெய்தால் (விதி 12 (A)(6))

மறுபரிசீலனை செய்ய கிராம சபைக்கு மறு விசாரணை கோர

- SDLC அல்லது DLC உரிமைக்கோரல்களுக்கு கூடுதல் தகவல் தேவை என்று கண்டறிந்தால் [விதி 12 A(6)]
- கிராம சபை அல்லது வன உரிமைக்குழுவுக்கு வாக்காளர் பட்டியல், வன வரைபடம், வருவாய் வரைபடத்தைத் தந்து கிராம சபைக்கு உதவுவது உபகுழுவின் பொறுப்பு (சுற்றறிக்கை F. No. 23011/18/2015-FRA dt. 27.7.2015)

கோரிக்கையை மறுப்பது/மாற்றியமைப்பது

- கோரிக்கையாளர்களிடம் தெரிவிக்காமல், அவர்களிடம் பேசாமல் தாலுகா குழுவோ மாவட்டக்குழுவோ கோரிக்கைகளை மறுக்கவோ மாற்றியமைக்கவோ முடியாது (விதி 12A(3), D.O No. MTA/VIP 18/44, 2012 dtd 24 May 2012, MOTA)
- கிராம சபா, எஸ்.டி.எல்.சி மற்றும் டி.எல்.சி ஆகியவை உரிமைகோருபவர் அல்லது கிராம சபை அல்லது சமூகத்திற்கு எந்தவொரு கோரிக்கையையும் நிராகரிப்பதற்கான அல்லது மாற்றுவதற்கான காரணங்களை எழுத்துப்பூர்வமாக வழங்க வேண்டும். [விதி 12A(3), விதி 12 A (10)]
- கிராம சபையால் பரிந்துரைக்கப்பட்ட SDLC ஆல் மாற்றத்துடன் அல்லது இல்லாமல் பரிந்துரைக்கப்பட்ட உரிமைகோரல்களை நிராகரிப்பதற்கான அல்லது மாற்றியமைப்பதற்கான காரணங்களை DLC பதிவுசெய்து மேலும் அதன் நகலை உரிமைகோருபவர் அல்லது

கிராமசபை அல்லது சமூகத்திற்கு வழங்கவேண்டும் [விதி 12A(3), விதி 12 A (7)]

- 60 நாட்களுக்குள் உரிமைகோருபவர் முடிவுக்கு எதிராக மேல்முறையீடு செய்ய இது உதவும்[விதி 12 A (3)].
- பாதிக்கப்பட்ட கோரிக்கையாளரிடம் கலந்து ஆலோசிக்காமல் மேல்முறையீட்டை ரத்து செய்யமுடியாது (விதி 12A(5))

கோரிக்கைகளை ஏற்றுக்கொள்வது

- விதி 13 பட்டியலிடப்பட்ட ஆதாரங்களில் இரண்டு போதுமானது (விதி 12A(11))
- தங்கள் கோரிக்கைகளுக்கான ஆதாரங்களாக கிராமசபையினர் ஆவணங்களைச் சமர்ப்பிக்கவேண்டும். அவ்வாறு எல்லா ஆவணங்களும் கிடைப்பதை மாவட்டக்குழு உறுதிசெய்யவேண்டும் (விதி 8(a))
- எழுத்துப்பூர்வ கோரிக்கையை அனுப்பினால் பதிவுகள் கிராம சபை அல்லது அதன் FRC க்கு வழங்கப்பட வேண்டும்[விதி 12(4)]
- செயற்கைக்கோள் புகைப்படங்கள் உள்ளிட்ட பிற தொழில்நுட்பம் சார்ந்த ஆதாரங்கள் நேரடியாக ஆதாரங்களாக இருக்காது, ஆனால் பிற ஆதாரங்களுக்கு அவை வலுசேர்க்கும் (விதி 12 A(11)(2))

கோரிக்கைகளை மீளாய்வு செய்வது

மாவட்டக் குழுவால் மறுக்கப்பட்ட கோரிக்கைகளை மீண்டும் விசாரிக்க முடியாது (பழங்குடியினர் அமைச்சகத்தின் தெளிவுபடுத்தல், 4 மார்ச் 2010) –

- ஆனால் மறுப்பு விகிதங்கள் அதிகமாக இருக்கும்பட்சத்தில் அதைச் செய்யலாம் (D.O No. MTA/VIP 18/44, 2012 dtd 24 May 2012, MOTA)
- மாவட்டக் குழுவால் மறுக்கப்பட்ட கோரிக்கைகளை மீண்டும் விசாரிக்க முடியாது (பழங்குடியினர் அமைச்சகத்தின்

தெளிவுபடுத்தல், 4 மார்ச் 2010) - ஆனால் சட்டவிரோதமாக மறுக்கப்பட்டிருக்கும்போது அதைச் செய்யலாம். வசிப்பதற்கான ஆதாரங்களைத் தராமல் அந்த நிலத்தை 75 வருடங்களாக வைத்திருந்ததை வலியுறுத்துதல், முன்களப் பணியாளர்களால் ஆதாரங்கள் தர முடியாமல் போவது, மறுப்பதற்கான காரணங்களைச் சொல்லாமல் இருப்பது உள்ளிட்டவை. *(D.O.No.MTA & PR/VIP/18/88 2012 dtd 04 April 2013, முதலமைச்சர்களுக்கான பழங்குடியினர் அமைச்சகத்தின் கடிதம்)*

கிராமங்களிலும் பஞ்சாயத்துகளிலும் கோரிக்கைகளின் நிலவரம், மறுக்கப்பட்ட கோரிக்கைகளின் எண்ணிக்கை ஆகியவை கிடைக்கவேண்டும். *(No.23011/32/2010-FRA [Vol.II (Pt.)] dtd 12 Jul 2012, வன உரிமைச்சட்டத்தை அமல்படுத்துவதற்கான பழங்குடியினர் அமைச்சகத்தின் வழிமுறைகள்)*

- *மறுக்கப்பட்ட கோரிக்கைகளை ஆய்வு செய்வதற்கான வழிமுறைகள் D.O No.23011/18/2015-வன உரிமைச்சட்டம் dtd 12.08.2015; D.O No.23011/12/2015-வன உரிமைச்சட்டம் dtd 10.04.2015-வன உரிமைச்சட்டம் மற்றும் No.23011/14/2008-FRA (Vol.II) dtd 12.08.2014*

மேல்முறையீடு

- குறைதீர்ப்பதற்கான வழிமுறை (பிரிவு 46(2), பிரிவு 6(4), விதிகள் 10, 14,15)

- கிராமசபையின் தீர்மானத்தில் குறைகள் இருந்தால், தாலுகா குழுவிடம் முறையிடலாம் - அறுபது நாட்களுக்குள் முறையிடவேண்டும் (பிரிவு 6(2), விதி 14(1) - மாவட்டக்குழுவிடம் முறையிடக்கூடாது (பிரிவு 6(4))

- SDLC விசாரணை தேதியை முடிவுசெய்து, மனுதாரரை அறிவித்து, மற்றும் கிராம சபை எழுத்துப்பூர்வமாக அறிவித்து, மனுதாரர் கிராமத்தில் ஒரு வசதியான இடத்தை நிர்ணயித்து 15 நாட்கள் அறிவிப்பு கொடுக்கவேண்டும் [விதி 14(2)]

- SDLC மறுபரிசீலனை செய்ய கிராம சபைக்கு மனுவை அனுமதிக்கலாம், நிராகரிக்கலாம் அல்லது பரிந்துரைக்கலாம்[விதி 14(3)]

- கிராம சபா குறிப்பிடப்பட்ட மனுவை 30 நாட்களுக்குள் கேட்கவும், மனுதாரரைக் கேட்டு, தீர்மானத்தை நிறைவேற்றி, SDLCக்கு அனுப்பவும்[விதி 14(4)]

- SDLC கிராம சபைத் தீர்மானத்தை பரிசீலித்து, ஏற்றுக்கொள்வது அல்லது நிராகரிப்பது போன்ற பொருத்தமான உத்தரவை அனுப்பவும். [விதி 14(5)]

- கோரிக்கையாளருக்கு, தனது பிரச்சனையை முன்வைப்பதற்கான வாய்ப்பைக் கொடுத்தபிறகே வழக்கைத் தள்ளுபடி செய்ய வேண்டும் (பிரிவு 6(2), விதி 12(5))

- SDLC-ன் முடிவில் குறை இருந்தால், அறுபது நாட்களுக்குள் மாவட்டக்குழுவிடம் முறையிடலாம் (பிரிவு 6(4), விதி 15(1)).

- 15 நாட்களுக்கு முன்பே கோரிக்கையாளரிடம் பேசி, அவரது கிராமத்திலேயே ஒரு இடத்தைத் தேர்ந்தெடுப்பது, தேதியை முடிவு செய்து கோரிக்கையாளரிடமும் SDLC விடமும் எழுத்து வடிவில் தெரிவிப்பதும் மாவட்டக்குழுவின் பொறுப்பு (விதி 15(2))

- *மறு ஆய்வு செய்து கோரிக்கையை தாலுகா குழுவிடம் அனுப்பவோ, கோரிக்கையை மறுக்கவோ அங்கீகரிக்கவோ மாவட்டக்குழுவுக்கு அதிகாரம் உண்டு (விதி 15(3)).*
- *மேல்முறையீட்டை 30 நாட்களுக்குள் கேட்டு, கோரிக்கையாளரிடம் பேசி, தீர்மானம் நிறைவேற்றி, மாவட்டக்குழுவிடம் தெரிவிப்பது உபகுழுவின் பொறுப்பு (விதி 15(4))*
- *DLC SDLC தீர்மானத்தை பரிசீலித்து ஏற்றுக்கொள்வது அல்லது நிராகரிப்பது போன்ற பொருத்தமான உத்தரவை அனுப்பவும். [விதி 15(5)]*
- *DLC பாதிக்கப்பட்டவர்களுக்கு வழக்கை முன்வைக்க வாய்ப்புக்கொடுத்து வழக்கை முடிக்கவும் [பிரிவு6(4), விதி 12(5)]*
- *கிராமசபையால் அங்கீகரிக்கப்பட்ட கோரிக்கையின்மீதோ, கிராமசபை அல்லது மாவட்டக்குழுவின் முடிவுகளைப் பற்றி யாருக்காவது ஆட்சேபணை இருக்கும்பட்சத்தில், அந்த அமைப்பு மேல்முறையீடு செய்யலாம். தனிமனிதர், அமைப்பு இருவரின் முறையீடும் கேட்கப்படவேண்டும். (விதி 12A (4), MTA/VIP 18/44. 2012, 24.5.2012, பழங்குடியினர் அமைச்சகம்)*

குற்றம்

பிரிவு 7 and 8

எந்தவொரு அதிகாரியும் எந்தவொரு விதிமுறையையும் மீறுவது குற்றமாகும்.

குற்றம் சாட்டப்பட்டவர் குற்றமற்றவர் என்பதை நிரூபிக்க வேண்டும்.

குற்றம் சாட்டப்பட்டவர்கள் மீது நடவடிக்கை எடுக்க மாநில அளவிலான கண்காணிப்புக் குழுவுக்கு கிராம சபை அல்லது பாதிக்கப்பட்டவர்களுக்கு நோட்டீஸ் அனுப்புவம் 60 நாட்களுக்குள் நடவடிக்கை எடுக்கவேண்டும் [மேலும் விதி *10(d)*]

எந்த நடவடிக்கையும் இல்லை என்றால், நீதிமன்றத்தை அணுகவும்.

கிராம சபை ⟶ மாநில அளவிலான கண்காணிப்புக் குழு.

FRA மீறல்கள்

மீறல் வகை	மீறப்பட்ட சட்டத்தின் பிரிவுகள் மற்றும் விதிகளின்
கிராம சபா மற்றும் வன உரிமைகள் குழு (எஃப்.ஆர்.சி) மட்டத்தில்	
எஃப்.ஆர்.சி உறுப்பினர்களுக்கு பயிற்சி அல்லது விளம்பரம் / விழிப்புணர்வு திரட்டல் இல்லை.	விதி 6(k)
உரிமைக்கோரல்களை சரிபார்க்க FRC ஐத் தடுப்பது; அல்லது FRC ஆல் எந்த சரிபார்ப்பும் செய்யப்படவில்லை, அதற்கு பதிலாக அதிகாரிகள் சரிபார்ப்பு செய்கிறார்கள்.	பிரிவு 6(1) மற்றும் விதி 12
வன / வருவாய் துறையின் கைகளில் GPS கருவிகளால் செய்யப்பட்ட சரிபார்ப்பு / மேப்பிங்.	பிரிவு 6(1) மற்றும் விதி 12
கிராம சபா உரிமைக்கோரல்களில் தீர்மானத்தை நிறைவேற்றவில்லை / தீர்மானங்கள் போலியானவை.	பிரிவு 6(1) மற்றும் விதி 4(1)
மாவட்ட குழுவின் மட்டத்தில்	
DLCயின் தவறான அமைப்பு - கூடுதல் வனத்துறை ஊழியர்கள் இருப்பது, பஞ்சாயத்து உறுப்பினர்கள் இல்லாமல் இருப்பது, முதலியன.	சட்டத்தின் பிரிவு 6(8) மற்றும் விதி 5

DLC சட்டவிரோத அடிப்படையில் உரிமைக்கோரல்களை நிராகரிக்கிறது.	அடுத்த விளக்கப்படத்தை கீழே காண்க
DLC சரிபார்ப்பு / முடிவெடுப்பதை வனத்துறைக்கு வழங்குகிறது	சட்டத்தின் பிரிவு 6(5) மற்றும் விதி 8
அங்கீகரிக்கப்பட வேண்டிய வரைபடங்கள் / பகுதியை DLC மாற்றியமைக்கிறது.	பிரிவு 6(1)
தெரிவிக்கவோ / பகிரங்கப்படுத்தவோ இல்லை.	விதி 8(g)
சட்டவிரோத காரணங்கள் வைத்து உரிமைக்கோரல்களை நிராகரிப்பது ; சட்டவிரோத நிபந்தனைகள் மற்றும் உரிமைக்கோரல்கள் மீதான கட்டுப்பாடுகள்	
POR / அபராத ரசீது இல்லாததால் நிராகரிப்பு.	விதிs 11 மற்றும் 13
விண்ணப்பதாரர் வனத்துறை ஆக்கிரமிப்பு பட்டியல்களில் இல்லை என்ற அடிப்படையில் நிராகரிப்பு.	பிரிவு 2(c), 2(o), 6(1) மற்றும் 4(1) மற்றும் விதி 11 and விதி 13
பாதுகாக்கப்பட்ட பகுதியில் (வனவிலங்கு சரணாலயம் / தேசிய பூங்கா போன்றவை) உரிமைக்கோரப்படுவதால் நிராகரிப்பு.	பிரிவு 2(d), 3(1) மற்றும் 4(1) ஒன்றாகப் படியுங்கள்.

உரிமைக்கோருபவரின் குடும்ப உறுப்பினர் வேலை செய்கிறார் அல்லது வருவாய் நிலம் உள்ளார் என்ற அடிப்படையில் நிராகரித்தல்.	பிரிவு 2(c), 2(o) மற்றும் 4(1) ஒன்றாகப் படியுங்கள்.
பிற பொருத்தமற்ற காரணங்களை வைத்து நிராகரித்தல் (உரிமைக்கோருபவர் ஒரு கிறிஸ்தவர், எனவே எஸ்.டி அல்லாதவர் போன்றவை)	பிரிவு 2(c), 2(o) மற்றும் 4(1) ஒன்றாகப் படியுங்கள்.
அங்கீகரிக்கப்பட்ட நிலப்பரப்பின் அளவைக் குறைத்தல்	பிரிவு 3(1) மற்றும் 6(1)
சமூக உரிமைகள் / நிலம் அல்லாத உரிமைகள் அங்கீகரிக்கப்படவில்லை.	பிரிவு 3(1) மற்றும் 4(1)
சாகுபடியின் கீழ் உள்ள நிலம் மட்டுமே அங்கீகரிக்கப்பட்டுள்ளது, அனுபவத்தில் உள்ள நிலம் அல்ல.	பிரிவு 3(1)(a)
சிறு வன விளைபொருட்களை விற்க / கொண்டு செல்லும் உரிமை தடைசெய்யப்பட்டுள்ளது.	பிரிவு 3(1)(c) மற்றும் விதி 2(b)
சமூக வன வளங்கள் கூட்டு வன மேலாண்மை (JFM) நிபந்தனைகளுக்கு உட்படுத்தப்படுகின்றன.	பிரிவு 3(1)(i)
சமூக வன வள பட்டா கிராம சபைக்கு பதிலாக வன பாதுகாப்புக் குழுவுக்கு வழங்குவது.	பிரிவு 3(1)(i)

பட்டாவில் மனைவியின் பெயர் சேர்க்கப்படாதது.	பிரிவு 4(4)
பிற மீறல்கள்	
உரிமைகளை அங்கீகரிப்பதற்கு முன்னர் வெளியேற்றம்	பிரிவு 4(5)
கிராம சபையின் அனுமதியின்றி மற்றும் / அல்லது உரிமைகளை அங்கீகரிக்காமல் திட்டத்திற்காக வன நிலத்தை திருப்புதல்.	பிரிவு 4(1) மற்றும் 5 மற்றும் 30.07.2009 இன் MoEF சுற்றறிக்கை; உரிமைகளை அங்கீகரிப்பதற்கு முன்னர் செய்தால், பிரிவு 4 (5))
வன பாதுகாப்பு / மேலாண்மை தொடர்பான கிராம சபையின் முடிவுகளை மீறுதல்.	பிரிவு 3(1)(i) / 5 மற்றும் பிரிவு 4(1)
உரிமைகளைப் பயன்படுத்துவதில் தலையீடு (எடுத்துக்காட்டு: சிறு வன விளைபொருட்களை சேகரிக்கும் போது)	பிரிவு 3(1) மற்றும் 4(1)
முக்கியமாக புலி வாழ்விடம் உள்ளிட்ட புலிகள் காப்பகம் ஒருதலைப்பட்ச அறிவிப்பு.	பிரிவு 3(1), 4(2) மற்றும் 5
சுற்றுச்சூழல் பாதுகாப்புச் சட்டம் 1986இன் கீழ் சுற்றுச்சூழல் உணர்திறன் மண்டலம் கிராம சபாவின் கடமைகள் / அதிகாரங்களை புறக்கணிக்கிறது.	பிரிவு 3(1), 4(2) மற்றும் 5

FRAயின் இன்றைய நிலவரம் மற்றும் சாத்தியக்கூறுகள் பற்றிய புள்ளி விவரம்

	மாநிலம்	சாத்தியக்கூறு		FRA இன் கீழ் அங்கீகரிக்கப்பட்ட பகுதி	நிலவரம்	உரிமைக்கோரல்களின் எண்ணிக்கை	வழங்கப்பட்ட பட்டாவின் எண்ணிக்கை
		கிராமங்கள்	பரப்பளவு (ஹெக்டேர்)	டிசம்பர்2020 (ஹெக்டேரில்)	டிசம்பர் 2020 சதவீதம்	டிசம்பர் 2020	டிசம்பர் 2020
	அகில இந்தியா	179,230	400,00,000	52,71,816.63	13.18	42,59,385	19,97,778 (46.9%)
1	ஆந்திரா	NA	25,96,732	2,80,422.06	NA	181,508	98,049 (54.02%)
2	அசாம்	3,693	253,683	NA	NA	155,011	58,802 (37.93%)
3	பீஹார்	NA	438,598	Not available	NA	8,022	121 (1.51%)
4	சத்தீஸ்கர்	9,727	10,03,195	11,65,999.23	116.23	890,240	423,218 (47.54%)
5	கோவா	137	84,031	35.15	0.04	10,136	46 (0.45%)
6	குஜராத்	4,815	12,55,856	5,32,812.63	42.43	190,056	94,989 (34.19 %)
7	இமாச்சல பிரதேசம்	9,079	13,90,704	1,921.35	0.14	2,903	164 (5.65%)
8	ஜார்க்கண்ட்	16,452	1,994,387(2001)	104,066.87	5.22	110,756	61,970 (55.95%)
9	கர்நாடகா	7,450	2,659,318	19,817.16	0.75	281,349	16,073 (5.71%)
10	கேரளா	320	911,299	14,062.98	1.54	44,343	26,572 (59.92%)
11	மத்தியப் பிரதேசம்	18,953	3,230,528	9,23,774.07	28.6	627,453	2,58,004 (41.12%)
12	மகாராஷ்டிரா	16,610	3,613,880	1,266,499.90	35.05	374,716	172,116 (45.93%)
13	ஒடிசா	28,777	2,302,706	3,64,168.44	15.82	6,38,325	4,48,178 (70.21%)

14	ராஜஸ்தான்	9,441	2,579,446	29,936.44	1.16	79,600	44,424 (55.81%)
15	தமிழ்நாடு	1,808	1,582,693	3,895.68	0.25	34,837	8,594 (24.67%)
16	தெலுங்கானா	NA	NA	305,270.16	NA	186,679	94,360 (50.55%)
17	திரிபுரா	652	540,912	186,266.11	34.44	200,973	127,986 (63.68 %)
18	உத்தரபிரதேசம்	16,649	1,535,232	64,132.74	4.18	93,732	18,825 (20.08%)
19	உத்தரகண்ட்	6,536	691,488	0	0	6,665	157 (2.36%)
20	மேற்கே வங்கம்	10,124	630,135	8,735.66	1.39	142,081	45,130 (31.76%)
யூனியன் பிரதேசம்							
1	தாத்ரி மற்றும் நகர் ஹவேலி	61 (2001)	21,132 (2001)	NA	NA	5,317	2,535
செயல்படுத்தாத மாநிலங்கள் / யூனியன் பிரதேசங்கள்							
1	ஹரியானா	92 (2001)	10,546 (2001)	0	0	0	0
2	பஞ்சாப்	399 (2001)	39,815 (2001)	0	0	0	0
3	அருணாச்சல பிரதேசம்	2,367	NA	0	0	0	0
4	மணிப்பூர்	1850	NA	0	0	0	0
5	மேகாலயா	3927	NA	0	0	0	0
6	சிக்கிம்	305	66,428	0	0	0	0

யூனியன் பிரதேசம்							
1	அந்தமான் & நிக்கோபார் தீவுகள்	144	31,010	0	0	0	0
2	சண்டிகர்	6	180	0	0	0	0
3	தமன் & டியு	5	525	0	0	0	0
4	டெல்லி	16	4,733	0	0	0	0
5 & 6	ஜம்மு & காஷ்மீர் லடாக்	1,872	659,532	0	0	0	0
7	லட்சத்தீவு	0	0	0	0	0	0
8	புதுச்சேரி	0	0	0	0	0	0
பொருந்தாது							
1	நாகாலாந்து	669	63,136	பொருந்தாது	பொருந்தாது	0	0
2	மிசோரம்	683	NA	Not applicable	பொருந்தாது	0	0

NA - தகவல் இல்லை

வனங்களை இதர தேவைக்காக மாற்றி அமைத்தல்

03.08.2009 FCA 1980 இன் கீழ் MoEF வன நிலம் மாற்றியமைக்க - வன உரிமை சட்டத்துக்கு முரண் இல்லாமல் மாற்றியமைத்தல்

- *18.4.2013 - உச்சநீதிமன்றம் - ஒடிசா சுரங்க நிறுவனம் Vs சுற்றுச்சூழல் அமைச்சகம் - 660.79 ஹெக்டேர் காட்டுப்பகுதிகள் பாக்சைட் சுரங்கத்துக்காக மாற்றியமைக்கப்பட்டன - லஞ்சிகார் பாக்சைட் சுரங்கம், கலஹண்டி மற்றும் ராயகடா மாவட்டம், ஒடிசா - சுற்றுச்சூழல் அமைச்சகம் இரண்டாம் நிலை காட்டுப்பகுதிக்கான அனுமதியை மறுத்தது (24.8.2010)- இதற்கெதிராக நிறுவனம் வழக்கு தொடர்ந்தது - கிராம சபையின் ஒப்புதல் கட்டாயம்.*
- *தேசிய பசுமைத் தீர்ப்பாயம் - கஷாங்க் புனல்மின் திட்டம், ஹிமாச்சலப் பிரதேசம், 17 ஹெக்டேர், கிராம சபை ஒப்புதல் கட்டாயம்.*

2008-2019 முதல் வன பாதுகாப்பு சட்டம் 1980 இன் கீழ் வன நில மாற்றியமைத்தல்

- *வனவியல் அல்லாத நோக்கத்திற்காக 253,179 ஹெக்டேர் வன நிலங்கள் மாற்றியமைக்கப்பட்டுள்ளது. இது டெல்லி மாநிலத்தை விட 1.5 மடங்கு அதிகமாகும்.*
- *வனவியல் அல்லாத நோக்கத்திற்காக பயன்படுத்தப்பட்ட வன நிலத்தில் காடு வளர்ப்புக்காக திருப்பிவிடப்பட்ட 82,817 ஹெக்டேரில் 21,533 ஹெக்டேர் (26%), 20ஆகஸ்ட் 2020 நிலவரப்படி, சீர்குலைக்கப்பட்ட வன நிலமாகும்.*

வன உரிமைச் சட்டத்தை நீர்த்துப் போகச் செய்தல்

❖ *சுற்றுச்சூழல் அமைச்சகம் பிப்ரவரி 2013 - சாலை கட்டுமானம், வாய்க்கால் கட்டுமானம், குழாய்கள் போடுதல், தொலைதொடர்புக் கம்பிகளைப் பூமிக்கடியில் போடுதல் ஆகிய திட்டங்கள் அனுமதிக்கப்பட்டன - சுலபமாக பாதிப்புக்குள்ளாகும் பழங்குடியினர்*

பாதிக்கப்பட்டால் மட்டுமே இவை செயல்படுத்தப்படாது. கிராம சபையின் ஒப்புதல் அவசியம்.

- சுற்றுச்சூழல் அமைச்சகம் 28 அக்டோபர் 2014: 13 டிசம்பர் 2005க்கு முன்பு, 75 ஆண்டுகளுக்கு முன்பு வரையறுக்கப்பட்ட வனங்கள், பட்டியலின பழங்குடியினர் இல்லாத கிராமங்கள், சட்டத்தில் சேராது, மாவட்ட ஆட்சியரின் உத்தரவு மட்டுமே போதும் என்ற அறிவிப்பு.

- பழங்குடியினர் அமைச்சகம் 7 மார்ச் 2014: எந்த விதிவிலக்கும் வன உரிமைச் சட்டத்தில் சொல்லப்படவில்லை என்றால், இந்த பகுதிகளும் வன உரிமைச் சட்டத்துக்குள்தான் வரும் என்கிற அறிவிப்பு.

- MoEF & CC ஆகஸ்ட் 2015 காடுகளை தனியார் மயமாக்கு வதற்கான வழிகாட்டுதல்கள்.

    - 'சீரழிந்த' காடுகளில் 40 சதவீதத்தை வன உரிமைகள் பற்றி எதுவும் குறிப்பிடாமல் காடு வளர்ப்பிற்காக தனியார் நிறுவனங்களுக்கு குத்தகைக்கு விடுகிறது.

    - தீவனம் உள்ளிட்ட மரமற்ற வன உற்பத்திகளுக்காக குத்தகைக்கு விடப்பட்ட நிலங்களில் வன உரிமைகள் சட்டத்தை மீறும் வகையில் "10-15%" மட்டுமே சமூக அணுகலை கட்டுப்படுத்துதல்.

- 28 ஜூலை 2015: துணை ஆணையர்கள், வன உரிமைச்சட்டம் தொடர்பான எல்லாத் தகுதியான கோரிக்கைகளையும் ஒரு மாதத்துக்குள் நிறைவேற்றி, அக்டோபர் இரண்டாம் தேதிக்குள் கிராம சபையிடம் அமலாக்க சான்றிதழ்களைப் பெற வேண்டும் என்று ஜார்க்கண்ட் அரசு ஆணையிட்டது.

❖ *ஆகஸ்ட் 2015: கிராம சபை/கிராமக்குழுக்களிடம், இந்த சட்டம் அமல்படுத்தப்பட்டதற்கான சான்றிதழ்களைத் தருமாறு சட்டீஸ்கர் அரசு கேட்டது. அமலாக்கத்தில் பெரிய அளவில் இடைவெளி இருந்தபோதும் சான்றிதழ் கோரப்பட்டது. தொழிற்சாலைகளுக்காக வனங்கள் மாற்றியமைக்கப்படுவதற்கு இந்த சான்றிதழ்கள் உதவும்.*

❖ *நவம்பர் 2015: பிரதமரின் அலுவலகமும் சுற்றுச்சூழல் அமைச்சகமும் தொடர்ந்து வன உரிமைச் சட்டத்தைத் தாண்டிச்செல்லவும் நிராகரிக்கவும் அழுத்தம் கொடுத்தன. ஆனால் பழங்குடியினர் அமைச்சகம் தொடர்ந்து கீழ்க்கண்ட நடவடிக்கைகள் சட்டவிரோதமானவை என்று சொல்லிக்கொண்டிருந்தது.*

❑ வனங்களை மாற்றியமைப்பதற்கு முன்பு உரிமைகளை அங்கீகரிக்காமல் இருப்பது.

❑ கோரிக்கைகளை நிறைவேற்ற நேரம் ஒதுக்கப்படவேண்டும்.

❑ வன உரிமைகளுக்குத் தகுதியானவர்கள் இல்லாத கிராமங்களை வனச்சட்டத்திலிருந்து விலக்குவது.

❑ சுரங்கத்திட்டங்கள் நடக்கும் இடங்களில் வன உரிமைச்சட்டங்களை அங்கீகரிக்காமல் விலக்குவது.

❑ பழங்குடியினர் அமைச்சகம், இவை எல்லாம் சட்டப்படி நடக்கவில்லை என்று 14 டிசம்பர் 2015இல் அறிவித்தது.

இழப்பீட்டு காடு வளர்ப்பு நிதி சட்டம், 2006 (CAPA)

- *வனப் பாதுகாப்புச் சட்டம் 1980ன் கீழ், காட்டு நிலங்களை வேறு பயன்பாடுகளுக்காக மாற்றியமைக்கும்போது, அதற்காக அரசு சேகரிக்கும் நிகர மதிப்பிலான நிதி.*

- மாற்றப்பட்ட இடம் "வனம்", "பாதுகாக்கப்பட்ட வனம்" என்றே சட்டரீதியாக அழைக்கப்படும்.
- காடுகளின் மீளுருவாக்கம், வன மேலாண்மை, பாதுகாப்பு, உள்கட்டமைப்பு மேம்பாடு, வனவிலங்கு பாதுகாப்பு மற்றும் மேலாண்மை மற்றும் தொடர்புடைய நடவடிக்கைகளுக்கு நிதி பயன்படுத்தப்பட வேண்டும்.
- காடுகளின் இரு மடங்கு காடு மற்றும் வன நிலத்தில் இருந்தால் சமமான பகுதி (பின்னர் வன நிலமாக அறிவிக்கப்பட வேண்டும்)
- சிஏ ஃபண்ட் அக்டோபர் 2019 க்குள் கிட்டத்தட்ட ரூ.74,825 கோடி. இதில், சுமார் ரூ.65,378 கோடி மாநிலங்களுக்கு வழங்கப்பட்டது.
- 2006-2021இல், ரூ.1200 கோடியிலிருந்து ரூ.23,608 கோடியாக இந்த நிதி உயர்ந்தது. இதன் தற்போதைய மதிப்பு ரூ.42,000 கோடி.
- CAFA, FRA அல்லது கிராம சபையை ஒப்புக்கொள்ளவில்லை
- வனத்துறையினருக்கு, திட்டமிடவும் அமல்படுத்தவும் போதுமான அளவு கொள்திறன் இல்லை (வனம் வளர்ப்புக்கான 2013 அறிக்கை).
- 2003 மற்றும் 2014க்கு நடுவே 19.64 மில்லியன் ஹெக்டேரில் வனம் வளர்ப்பு செய்யப்பட்டது. ஆனால், ஒட்டுமொத்த வனங்களின் பரப்பு 2.4 மில்லியன் ஹெக்டேர் மட்டுமே அதிகரித்தது.

உரிமைகளைப் பாதுகாத்தல் ....

பட்டியல் சாதியினர் மற்றும் பட்டியல் பழங்குடியினர் (வன்கொடுமை தடுப்பு) திருத்த சட்டம், 2016 :-

- 1 ஜனவரி 2016 அன்று அறிவிக்கப்பட்டது; 26 ஜனவரி 2016 முதல் நடைமுறைக்கு வந்தது.

❖ ஆறு மாதங்களுக்கும் குறையாத சிறைத்தண்டனை ஐந்து ஆண்டுகளுக்கு நீடிக்கப்படலாம் அபராதத்துடன்.

- தவறான ஆக்கிரமிப்பு மற்றும் நிலத்தை அகற்றுவது, [பிரிவு3(1)(g)]
- காடு மீதான உரிமைகள் (வன உரிமைகள் சட்டத்தின் கீழ் வரையறுக்கப்பட்டுள்ளபடி), நிலம் மற்றும் நீர் உள்ளிட்ட உரிமைகளில் தலையீடு [பிரிவு3(1)(g)]
- பொதுவான சொத்து வளங்களுக்கான உரிமைகளைத் தடுப்பது[பிரிவு3(1)(za)(A)]
- பட்டியல் சாதியினர் மற்றும் பட்டியல் பழங்குடியினர் (வன்கொடுமை தடுப்பு) திருத்த விதிகள் 2016.

பின்னிணைப்பு 1: நிவாரணத் தொகைக்கான விதிகள்

- பாதிக்கப்பட்டவருக்கு ஒரு லட்சம். பாதிக்கப்பட்டவர்களுக்கான நிலம்/நீராதாரங்கள் திரும்ப அளிக்கப்படும்; அரசு செலவில் மாநில அரசுகளோ யூனியன் பிரதேசங்களோ இதை அளிக்கலாம்.
- பாதிக்கப்பட்டவருக்கான தொகை இவ்வாறு வழங்கப்படும் (1)முதல் தகவல் அறிக்கையின்போது 25% (2) நீதிமன்றத்துக்கு சார்ஜ் ஷீட் அனுப்பும்போது 50% (3)நீதிமன்றங்கள் குற்றம்சாட்டப்பட்டவரின் குற்றத்தை நிரூபிக்கும்போது 25%
- நிலம் கையகப்படுத்துதல், நிவாரணம், இடப்பெயர்வு ஆகியவற்றின்போது நியாயமான நிவாரணங்களும் வெளிப்படைத்தன்மையும் உறுதிசெய்யப்படுவதற்கான உரிமைச் சட்டம் 2013.
- ஆறு, குளம், அணை ஆகியவற்றில் உரிமை இழந்தவர்களுக்கு, நீர்த்தேக்கப் பகுதிகளில் மீன்பிடிக்கும் உரிமை.
- வனங்களில் உள்ளவர்களுக்கான சமூக உரிமைகளை வரையறுத்தல், வெளியேற்றப்பட்டவர்களுக்கான நிவாரணம்.

www.ingramcontent.com/pod-product-compliance
Lightning Source LLC
LaVergne TN
LVHW100825051026
849519LV00006B/2185
* 9 7 8 9 3 9 1 2 6 2 5 1 8 *